இயக்கம்

இயக்கம்

சிறுகதைத் தொகுப்பு

குட்டி ரேவதி

எழுத்து பிரசுரம்

First Edition by Ezutthu Prachuram: October 2020

ISBN : 978-93-90053-01-8
TITLE NO EP : 139

Ezutthu Prachuram
(An imprint of Zero Degree Publishing)
No.55(7), RBlock,
6th Avenue, Anna Nagar
Chennai - 600040

Website: www.zerodegreepublishing.com
E Mail id: zerodegreepublishing@gmail.com
Phone : 98400 65000

Cover Art : Humshini
Layout : Vidhya Velayudham

ரிஷிகாவிற்கு...

உள்ளே

ஆறு

காலையிலிருந்தே வலது கண் உறுத்திக் கொண்டே இருந்தது. சன்னலின் அருகே நின்று கைக்கண்ணாடியை எடுத்துக் கண்களை அப்படியும் இப்படியுமாக உற்றுப் பார்த்தாள். முகத்தில் ஒன்றும் இல்லை.

யதார்த்தம் மிகக் கடுமையானதாக இருந்தது. ஏழு வயிற்றுக்கு உணவு. அதுவும் மூன்று வேளைகள். சாதாரணமாகத் தெரிய வில்லை. ஊரையே கொள்ளை நோய் தாக்கியபின் இவளும் சுற்றியுள்ள குடும்பத்தினரும் தான் எஞ்சினர். கொஞ்சம் கொஞ் சமாக நீர்த்தக் கூழை ஊற்றித்தான் பிள்ளைகளுக்குப் பசியாற்றி வந்தாள். முருகனுக்கு எந்த வேலையும் கிடைக்கவில்லை. வேலை கிடைக்காத நாட்களிலும் மாலையில் இவளிடம் மிஞ்சும் சில பத்து ரூபாய்களை அடித்துத் துன்புறுத்தியோ, வலுக்கட்டாயமாகப் பிடுங்கியோ, திருடியோ எடுத்துச் சென்று குடிக்க வேண்டியிருந்தது. குடித்துவிட்டு வந்து இரவில் அதே போதையுடன் மஞ்சுளாவின் உறக்கத்தைக் கலைத்து உறவு கொள்வான். உடலெல்லாம் அலுத்து அவள் படுத்துக்கிடக்கும் இன்னலை என்ன சொன்னாலும் அவன் போதைக்காதுகளுக்குக் கேட்காது. அவனது சுயபரிதாபத்தை மறைக்க போதையும் இரவும் தானும் போதும். ஒவ்வொரு இரவும் உள்ளூற பயமாக இருக்கும். கரு தங்கி விடுமோ என்று. ஏற்கெனவே ஐந்து பிள்ளைகளைக் கண்டு எப்பொழுதும் ஊர் சிரிக்கும். ஊர் சிரிப்பதும் கிண்டல் செய்வதும் கூடப்பழகிவிட்டது. அவர்கள் பசியுடன் குடிசையில் முடங்குவதையும் சில சமயங்களில் அரற்றுவதையும் பார்க்கச்

சகிக்காது. அதிலும் மூத்தமகனுக்கு எப்பொழுதும் நல்ல உணவு தேவைப்படும் வயது. பதின்பருவத்தில் எல்லாப் புறத்தோற்றங்களும் கண்ணுக்கு எடுபடும் பருவம். மஞ்சுளா தன்னைத்தானே நொந்து கொண்டாள். முருகன் மீது காதல் கொண்டு ஓடிவந்தபோது மஞ்சுளாவின் அண்ணனும் வீடு தேடி வந்து அறிவுரைகள் சொன்னான். முருகனுக்கு வேலை இல்லை, அவன் வேலை தேடிக் கொண்ட பிறகு முறையாகத் திருமணம் செய்துகொள்ளலாம் என்று. மஞ்சுளாவிற்குப் பொறுக்க முடியவில்லை என்பதைவிட ஒவ்வோர் இரவும் முருகனின் தொடுதல்களுக்குப் பழகிய பின் தனியே வாழ்வது என்னவோ போல இருந்தது.

போகப்போக அவன் தொடுதலே கசந்தது, எரிந்தது. முருகன் அதைச் சில நிமிட நேர வேலையாக முடித்துக்கொள்வான். அவ்வளவு தான். அவன் தொடுகையில் உள்ளும் புறமும் எந்த அர்த்தமும் இல்லை. இரவு வருவது என்பது இருட்டு நெருங்கி வந்து தன் குடிசையை ஒரு யானை தன் தலையால் முட்டுவது போலத் தோன்றும். மஞ்சுளாவிற்கு எல்லாமே யானை தொடர்பான கற்பனைகளாகத் தோன்றும். இப்பொழுது தன் குழந்தைகளின் பசியும் குருடன் யானையைத் தொட்டுப் பார்ப்பதைப் போலத் தோன்றும். ஒவ்வொரு குழந்தைக்கும் பசி ஒவ்வொரு மாதிரி உருவெடுக்கும். ஒவ்வொரு குழந்தையும் பசியில் படும் இன்னலும், அதை அவளிடம் வெளிப்படுத்தும் விதமும் அப்படித்தான். அந்த வீட்டில் எப்பொழுதும் யானை அளவு பசி ஒன்று அசைந்து கொண்டிருந்ததை எப்பொழுதும் மஞ்சுளாவால் மட்டும் உணர முடிந்தது.

வழக்கமாக முதலாளி வீட்டிலிருந்து வந்து அவளை அழைத்துச் செல்லும் சாமிக்கண்ணு இன்னும் வரவில்லை. அவள் சொக்கலிங்கத்தை முதலாளி என்று தான் அழைப்பாள். அவருக்கு இரண்டு மனைவிகள். இருவருமே அக்கா தங்கைகள். அக்கா படுத்த படுக்கையாகிவிட்டாள். தங்கையும் மூப்பைத் தொட்டுக் கொண்டிருக்கிறாள். இருவருக்குமே குழந்தைகள் இல்லை. அவ்வளவு பெரிய சொத்து. இருவருமே பேராசை பிடித்தவர்கள். ஈகையே இல்லாமல் எல்லாவற்றையும் பதுக்கிக்கொண்டு

வாழ்ந்தார்கள். அதனால் தான் அவர்களுக்குக் குழந்தை இல்லை என்று மஞ்சுளா கறுவினாலும், கூடவே தனக்கு ஒன்றுக்கு ஐந்து இருந்து என்னவாயிற்று என்றும் தோன்றும். வயிறார ஒரு குழந்தைக்கும் சாப்பாடு போட முடியாத மனநிலையும் ஒரு சாபம் தான் என்ற எண்ணமும் உடன் வரும். அடிக்கடி அவள் வாசலைப் பார்த்துக் கொண்டே இருப்பாள். சாமிக்கண்ணு வந்து நிற்பதைப் போல் தோன்ற வாசலை எட்டிப்பார்ப்பாள். வாசலைப் பார்த்துப் பார்த்துக் கண்கள் பூத்துவிட்டன. கடைசிப்பெண், தன் உடலிலிருந்த பாலை எல்லாம் உறிஞ்சிக் குடித்துவிட்டுத் தொட்டிலில் கிடக்கிறாள். மூத்தவனிடம் ஒரு வார்த்தை சொல்லிவிட்டுப் போய்ப் பார்த்துவிடலாமா என்று நினைத்து முகம் கழுவி வந்து உடையை மாற்றினாள். ‘எங்க கிளம்புற?’ அது வரை இருட்டோடு இருட்டாகக் கிடந்து ரேடியோவில் பாட்டுக் கேட்டுக்கொண்டிருந்த முருகன் அதட்டினான். தலையை அழகாக முடிந்துகொண்டாள். அவள் அலங்கோலமாக இருந்தாலும், ஏழையாகக் கந்தலை உடுத்தினாலும் அவளிடம் இயல்பாகவே ஓர் அழகு மின்னிக்கொண்டிருப்பதாக முருகன் அவளைக் கொஞ்சும் போதெல்லாம் சொல்வான். ஆனால், பாழ்பட்ட வாழ்வின் கருமையை எந்த வார்த்தையால் ஆற்றுவது. கண்களுக்கு அழகாக மையிட்டுக் கொண்டாள். இன்னும் வலது கண் உறுத்திக் கொண்டேதான் இருந்தது.

மஞ்சுளா பதில் சொல்லவில்லை. உதடுகள் துடித்தாலும் ஏதும் பேசாமல் இருந்தாள். முருகனும் அவள் முகத்தில் என்ன நிழலாடுவதைப்பார்த்தானோ அமைதியாகிக்கொண்டான். ‘டேய் பாப்பா அழுதா ஆட்டிவிடு’, என்று சொல்லிவிட்டு ஒன்றுமில்லாத தன் கைப்பையை எடுத்து மார்புடன் அணைத்துக் கொண்டு வேகவேகமாக நடந்தாள். வயல்வெளி வழியாக நடந்தால் தூரம் குறையும். தனக்கும் பசி எடுக்காது இருக்கும். வெயில் மந்தமாக வீசிக்கொண்டிருந்தது. வழக்கமாக அந்தப்பகுதியில் மாடுகளை இழுத்துக்கொண்டு மேய்ச்சலுக்குச் செல்லும் பாண்டியும் மஞ்சுளாவைக் கடந்து சென்றாள். வரப்புகளில் இருந்து இறங்கி பாண்டிக்கு வழிவிட்டாள். பாண்டி அவளுடைய தோழி தான். சொக்கலிங்கம் வீட்டிற்குப் போகத் தொடங்கிய பின் பாண்டி மஞ்சுளாவுடன் பேசுவதை நிறுத்திக்கொண்டாள். பாண்டியின்

முகத்தைப் பார்க்கும் தைரியம் மஞ்சுளாவிற்கு இல்லை. வாய்ப்பு கிடைக்கும் போதெல்லாம் எள்ளும் கொள்ளும் வெடிக்கும் முகப்பாவனையைக் காட்டிவிடவே துடிப்பாள் பாண்டி. அவளைப் போல இரண்டு மாடுகளை வாங்கிவிட முடிந்தால் கூட நன்றாக இருக்கும். இரண்டு மாடென்ன, ஒரு மாடு இருந்தாலே குழந்தைகளைக் கரையேற்றிவிடலாம். ஒவ்வொரு நாளும் அவள் மாடு வாங்கவென்று சேகரிக்கும் பணத்தை எப்படியாவது மோப்பம் பிடித்து வந்து, முருகன் பிடுங்கிக்கொள்வது அவளை எரிச்சலூட்டுவதுடன் கலங்கவும் செய்யும்.

சொக்கலிங்கத்தின் வீட்டு வாசலில் கூட்டமாய்ப் பத்து பேருக்கும் மேல் நின்று கொண்டிருந்தார்கள். தெருவின் திருப்பத்திலேயே பார்த்துவிட்டாள். அடிவயிறு கலங்கிச் சுருண்டது. ஒன்றும் சாப்பிடாத வயிறு கலக்கத்தில் வாந்தி யுணர்வைத் தூண்டியது. மூத்த மனைவிக்குத்தான் ஏதாவது ஆகியிருக்குமோ. அவள் தான் படுக்கையே கதி என்று கிடக்கிறாள். எப்பொழுது மூச்சு அடங்கும் என்று வீட்டில் வேலை பார்ப்போர் எல்லோரும் எதிர்பார்த்துக் கொண்டுதானிருந்தார்கள். தலை சுற்றி வந்தது. விழுந்துவிடாது இருக்க, அருகில் இருக்கும் தென்னைமரத்தின் மீது கைவைத்துக்கொண்டாள். மெல்ல முன்னே நடந்து சொக்கலிங்கம் வழக்கமாக இருக்கும் அறைக்குச் செல்லும் முன்பேயே தெரிந்துவிட்டது. சொக்கலிங்கத்திற்குதான் ஏதோ ஆகிவிட்டது. சொக்கலிங்கத்தின் கட்டிலுக்கு மேலேயிருந்து சூரிய ஒளி வீழ்ந்து கண் கூசியது. எதிர் வெளிச்சத்தில் உள்ளே நடப்பது எதுவும் தெரியவில்லை. கண்கள் பழகக் கணமெடுத்தது. மூத்தவள் அவர் அருகே அமர்ந்து தலைவிரி கோலமாக அழுது கொண்டிருந்தாள். இளையவள் கல்லைப் போன்று சிலையாகி அமர்ந்திருந்தாள். அவ்வழியாகக் கடந்து சென்ற சாமிக்கண்ணு, ‘நேத்து தூக்கத்திலயே போயிட்டாரு தாயீ’, என்று தனக்கு மட்டும் கேட்கும் படியாகச் சொல்லிச் சென்றது எங்கிருந்தோ ஒரு வேகத்தை வரவழைத்தது. சாமிக்கண்ணுவிற்குத்தான் மஞ்சுளாவின் உண்மையான நிலை தெரியும் என்பது அவன் சொல்லிச் சென்ற குரலில் தெரிந்தது. ‘அய்யா என் எசமானே’, என்று மார்பில் அடித்துக் கொண்டே ஓடிச்சென்று அவர் காலடியில் விழுந்து அழுதாள். நின்ற இடத்திலேயே தரையில்

சரிந்து உட்கார்ந்து அழுதாள். நெஞ்சில் என்னனென்னத் தோன்றியதோ அதற்காகவெல்லாம் அழுதாள். தன் அண்ணன் இப்படி ஒரு கல்யாணம் வேண்டாமென்று தலையால் அடித்துக்கொண்டானே என்றும் நினைத்து அழுதாள். அந்த வீட்டிலேயே தங்கி வேலை பார்க்கும் கொஞ்சம் வயதான கமலம் அவளிடம் வந்து, 'அவருக்கு என்னமோ நீ தான் பொண்டாட்டி மாதிரி கத்தி அழுவாதன்னு சொல்றாங்க'. மஞ்சுளா புடவைத்தலைப்பால் வாயைப் பொத்திக்கொண்டு தன் அழுகையை அடக்க முயற்சித்தாள். ஆமாம், மனைவியர் இருவருமே அழாமல் குத்துக்கற்களைப் போல் இருக்கும் போது இவள் மட்டும் அழுதால் எல்லோரும் என்ன நினைப்பார்கள். ஆனால், அவள் தானே அவருக்குப் பொண்டாட்டி மாதிரி. பொண்டாட்டி மாதிரியென்ன, பொண்டாட்டிதான். வேறு யாருக்குமே இது தெரியாது. சாமிக்கண்ணுக்கும் சொக்கலிங்கத்தின் இரு மனைவியருக்கும் மட்டும் தான் தெரியும்.

ஒரு கட்டத்தில் இரு மனைவியருமே அவருடன் படுப்பதில்லை என்று கூறிவிட்டார்கள். அதில் அவர்களுக்கு ஆர்வமில்லை. ஒருவேளை அது தான் அவர்களுக்குக் குழந்தை உண்டாகாததற்குக் காரணமாக இருக்கலாம் என்று மஞ்சுளாவே நினைத்துக் கொண்டதுண்டு. சாமிக்கண்ணு தான் வந்து ஒரு நாள் மஞ்சுளாவிடம் தயங்கித்தயங்கிப் பேசினான். 'நீயும் சிரமப்படுற. கொஞ்சம் வந்துட்டுப் போயிட்டு இருந்தேன்னா ஏதாவது கிடைக்குமில்ல.' சொக்கலிங்கம் தனக்கு மஞ்சுளா தேவைப்படும் போதெல்லாம் சாமிக்கண்ணுவை அனுப்பி மஞ்சுளாவை அழைத்துக்கொள்வார். ஒன்றும் செய்யவேண்டாம். உடைகளைக் களைந்து அவருடன் இருந்தால் போதும். அவர் மஞ்சுளாவின் அழகைப் பார்ப்பார், வருடுவார். அவ்வப்பொழுது அவளுடைய களைத்த நீள விரல்களைத் தன் உதடுகளுக்கு அருகில் கொண்டுபோய் முத்தமிடுவார். எப்பொழுதாவது அவரும் நிர்வாணமாக இருப்பார். அவ்வளவு தான். அலுப்போ, களைப்போ தோன்றாது. இன்னும் சொல்லப்போனால், இலக்கியங்களில் வருவது போன்ற அனுபவமாகத்தான் இருக்கும். தான் உணரும் இன்பத்தை மஞ்சுளா காட்டிக்கொள்ளமாட்டாள். உள்ளே சென்றது முதல், கதவைத் தாழிட்டது முதல் சொக்கலிங்கம்

மஞ்சுளாவை வைத்த கண் வாங்காமல் பார்ப்பார். எல்லாம் முடிந்து வெளியே வரும்போது, அவருடைய இளைய மனைவி முகத்தை இரும்பாக்கிக்கொண்டு, துருவேறிய இரும்பாக்கிக் கொண்டு ஐம்பது ரூபாயை மஞ்சுளாவிடம் கொடுப்பாள்.

கடைசி முறை சந்திக்கும்போது, 'நீ ஏன் எதுவும் எங்கிட்ட பேசவே மாட்டேங்குற, மஞ்சு?' சொக்கலிங்கம் அப்படித்தான் அவரை அழைப்பார். எழுபது வயதைச் சென்ற மாதம் தான் நிறைவு செய்திருந்தார். நாற்காலியிலிருந்து எழுந்திருக்க மட்டுமே சிரமப்படுவார். மற்றபடி இயல்பான வாழ்க்கை தான். வீட்டை விட்டு வெளியே செல்வதில்லை. மாலை நேரத்தில் மொட்டை மாடியில் அங்கும் இங்குமாகக் கொஞ்சம் வேகமாகவே நடப்பார். வீட்டின் பின் உள்ள தோட்டத்தில் ஒவ்வொரு பூச்செடிக்கும் நீரூற்றி விட்டு அங்கேயே நாற்காலி போட்டு அமர்ந்திருப்பார். பூச்செடி வளர்ப்பதில் அவருக்கு விருப்பம். பெண்குழந்தைகளை எனக்கு ரொம்பப் பிடிக்கும் என்பார். அளவுகடந்த உற்சாகத்தில் இருக்கும் போது, 'மஞ்சு நீயாவது உன்னைமாதிரியே அழகா ஒடிசலா ஒரு பொம்பளப்பிள்ளை பெத்துக்கொடேன்.' பெற்றவற்றிற்கே வாழ்க்கை துலங்கமாட்டேன் என்கிறது என்று நினைத்துக்கொண்டே அவர் நிர்வாண உடலை ஈரத்துணியால் துடைத்துக்கொடுப்பாள். 'உனக்கு எம் மேல ஆசையே வரமாட்டேங்குது இல்ல?', என்று கேட்டார் ஒருநாள். மஞ்சு ஒன்றும் சொல்லவில்லை. ஆண் உடல் பார்த்தால் ஒரு கிளர்ச்சியும் தோன்றுவதில்லை. 'முருகன் எல்லாவற்றையும் சலித்துப் போகச் செய்துவிட்டான், மகா பாவி', தனக்குள் எழும் எரிச்சலை அடக்கிக்கொள்வாள்.

சென்ற முறை சொக்கலிங்கத்தைச் சந்தித்த அனுபவம் நன்றாக இருந்தது. 'மஞ்சு, உனக்காக ஏதாவது செய்யனும்னு நினைச்சிருக்கேன். நீயும் அஞ்சுவருசமா கொஞ்சம் கூட முகம் சுளிக்காம எப்படி என்னப் பாத்துக்குற. என்ன வேணும்னு சொல்லேன்.' ஒன்றும் வேண்டாம் என்று தலையசைத்து விட்டாள். அவர் தன் உடலின் வடிவிற்குள் அவள் அணிந்திருந்த புடவையுடன் அப்படியே அதக்கி இடுப்புடன் அவரது வலது கை கொண்டு அணைத்தபடி கொஞ்சிக்கொண்டே இருந்தார். சில நிமிடங்கள் தான் அவர் கையில் ஒரு வீணையைப்போல்

தான் ஆகியிருந்ததாக உணர்ந்தாள். இந்த முறை வந்து சந்திக்கும் வரையுமே முந்தைய சந்திப்பின் அந்த வீணை உணர்வு இசைத்துக்கொண்டே இருந்தது. நரம்புகளை அதிரச்செய்து கொண்டே இருந்தது. வெளியே வந்து நேரே வீட்டிற்குச் செல்லும் மனம்வராமல், ஊரை ஒட்டி ஓடும் அந்த ஆற்றின் கரைக்கு வந்தாள். வழக்கமாகப் படித்துறையில் குளித்துக்கொண்டிருக்கும் யாருமே இல்லை. சூரியன், ஆறு செல்லும் திசையில் ஆற்றுக்குள் இறங்கிக் குளிக்கப்போவதைப் போல கீழிறங்கத் தொடங்கியிருந்தது. மஞ்சுளாவிற்கும் ஆற்றில் இறங்கிக் குளிக்கவேண்டும் போல் இருந்தது. தன் மேல் வீசும் சொக்கலிங்கத்தின் உடல் வாசனையும் அத்தர் வாசனையும் குழைந்த வாசனையும் நீங்கிவிடுமே என்று பேசாமல் இருந்தாள். ஒரு வயதான தாத்தா இரண்டு மாடுகளுடன் வந்து படித்துறையில் நின்று கொண்டிருந்தார். தன் வேட்டியை உரிந்து தன் தலையில் முண்டாசுவைப் போல கட்டிக்கொண்டு, வெள்ளையான கோவணத்துடன் ஆற்றில் இறங்கினார். அவரைப் பின் தொடர்ந்து மாடுகளும் தலையை நீருக்கு மேல் தூக்கிக்கொண்டு மிதந்தும் நீந்தியும் நீரில் கால்களை ஊன்றியும் அவர் பின்னாலேயே ஆற்றைக்கடந்து எதிர்க்கரையை அடைந்தன. அடுத்த முறை, சொக்கலிங்கத்திடம் ஒரு மாடு கேட்டுவிடவேண்டும் என்று தீர்மானித்தார். ஏதோ ஓர் இலட்சியத்தை நிறைவேற்றப் போவதைப் போல தன் குடிசையை நோக்கி மிடுக்காக நடந்தாள். இப்பொழுது அவள் அசைவுகளுடன் சொக்கலிங்கத்தின் வாசனையும் காற்றில் அசைந்து வந்தது. இரவு முருகன் தன் மீது படர்ந்ததும் அந்தச் சாராய வீச்சம் குமட்டலைக் கொடுத்தது. 'அந்த ஆளு உன் மனச மாத்திட்டாரு. ஒரு முத்தம் கூட எனக்குக் கொடுக்க மாட்டேங்குற. அவரால இந்த வயசுல உனக்கு என்னடி செய்யமுடியும்.' முருகனின் இத்தகைய சொற்கள் அவளுடைய எல்லா மாண்புகளையும் அலட்சியம் செய்வது போல இருக்கும். முருகனை விலக்கிவிட்டு எழுந்து சென்று தண்ணீர் குடித்துவந்தாள். சொக்கலிங்கத்திடம் அடுத்த முறை, மாடு கேட்கவேண்டும் என்பதை மீண்டும் நினைவில் நிறுத்திக்கொண்டாள்.

சொக்கலிங்கத்தின் உடலைத்தான் தான் கழுவிவிடவேண்டும் என்று தோன்றியது. தன்னைக் கடந்து சென்ற அவர் உடலை

மிகவும் விருப்பத்துடன் பார்த்தாள். அவர் எந்த நேரமும் எழுந்து அவளிடம் பேசிவிடுவார் என்று அவளுக்கு மட்டும் தோன்றியது. 'ஒரு மாடு கொடுங்க, அய்யா. என் புள்ளைங்களுக்கு எல்லாம் ஒரு வேளை சோறு கொடுத்துருவேன்,' என்று சொன்னால் போதும் சொக்கலிங்கம் அவரே இரண்டு மாடுகளை வாங்கிக் கொடுத்துவிடுவார். தனக்கென்ன பைத்தியமா பிடித்திருக்கிறது என்று தன் தலையையே ஓங்கி ஓங்கி அடித்துக் கொண்டாள். வழக்கமான ஐம்பது ரூபாயும் அன்று கிடைக்கவில்லை. சொக்கலிங்கத்தின் உடல் மயானம் நோக்கிப் போக, உடலில் எந்தத் தெம்பும் இல்லாமல் வீட்டிற்கு வந்தாள். முருகன் குடிசையில் இருக்கும் எல்லா மூலை முடுக்குகளையும் அலசிக் கொண்டிருந்தான். குழந்தைகளில் இரண்டு வெளியில் தெருவில் இருந்த பெட்டிக்கடையின் அருகில் நின்று வேடிக்கை பார்த்துக் கொண்டிருந்தன.

'என்ன வேணும் உனக்கு?'

'இன்னும் ரெண்டே ரெண்டு ரூபா வேணும். தேடுறேன். கண்ணுல படமாட்டேங்குது'.

'இந்தா. இதோட போய் ஒழி'.

'என்ன மரியாத இல்லாம பேசுற. போட்டேன்னா அந்தச் சொக்கலிங்கம் மாதிரி நீயும் போயிருவ, முண்டம்.'

மஞ்சுளாவின் கண்கள் நெருப்புக் கட்டிகள் போல வெந்து கொண்டிருந்தன.

'அந்த ஆளுக்கு என்ன. மகராசன்.'

முருகனின் அகங்காரத்தைச் சீண்டியதைப் போல் உணர்ந்தான்.

'பாக்குறது, தேவடியா வேலை. மகராசனாம்.'

மஞ்சுளாவிற்கு வந்த ஆத்திரத்தில் அவனை ஓர் உதை உதைக்க, அவன் இதுதான் காரணமென்று அவளைப் போட்டுத் தாறுமாறாக மிதித்தான். மூத்தமகன் வந்து முருகனைத்

தள்ளிவிட்டு விட்டு, மஞ்சுளாவை இழுத்துக்கொண்டு வெளியே வந்து அவள் கண்ணீரைத் துடைத்தான். மூத்தமகனின் முகம் வெளிரிப்போய் உரமின்றி இருந்தது.

ஐந்து குழந்தைகளையும் இழுத்துக்கொண்டு, ஆற்றை நோக்கி நடந்தாள். 'இனி மாடும் வேணாம், ஒரு மயிரும் வேணாம்,' என்றதைக் கேட்ட மூத்த மகன், 'என்னம்மா சொல்ற?' என்று அழுதுகொண்டே கேட்டான். படித்துறையில் துணிகளைத் துவைத்துக்கொண்டிருந்த பெண், மஞ்சுளாவையும் குழந்தைகளையும் பார்த்தாளே ஒழிய அவளுடைய கவனம் அவர்கள் மீது இல்லை. குழந்தைகளுடன் ஆற்றில் இறங்கினாள், மஞ்சுளா. மூத்தமகன், எதையோ உணர்ந்துவிட்டவன் போல, 'அம்மா வேணாம்மா. வேணாம்மா. விட்டுரும்மா. வேற ஊருக்குப் போலாம்மா. மாமா வீட்டுக்குப் போயி எதாவது வாங்கிட்டு வரேம்மா,' அழுது கதற படித்துறையில் துணி துவைத்துக் கொண்டிருந்த பெண் இப்பொழுது பதறத்தொடங்கினாள். அங்கும் இங்கும் அலைமோதினாள். ஒவ்வொரு குழந்தையையும் ஆற்றில் முக்கி அழுத்தித் திணறி அடங்கும் வரை காத்திருந்தாள். படித்துறையில் நின்ற பெண் நீந்தி உள்ளே வர முடியாத தூரத்தில் இருந்தாள். மூத்தமகன் உள்ளுணர்வு நிறைந்தவன். அப்படியே அவள் அண்ணனை மாதிரி. மூத்தமகனை நீரில் அழுத்துவது சிரமமாக இருந்தது. கொத்தாக அவன் முடியைத் தன் கையில் பிடித்ததும் ஒரு வலு கிடைத்தது. எஞ்சிய தன்னுடலை நீரின் போக்கில் செலுத்தினாள். தூரத்தில் நீருக்கடியில் மூன்றாவது மகளின் பின்புறமும் நீல உடையும் தெரிந்தன. எவ்வளவு தன்னைத்தானே நீருக்குள் செலுத்தி மூக்கைப் பொத்தி இருந்த போதும் உடல் அறிந்திருந்த நீச்சல் அவளைச் சாகவிடமால் மூழ்கவிடாமல் தடுத்தது. நீந்திக் கையறுநிலையில் எதிர்க்கரை ஏறினாள். அவளை நோக்கி ஆண்கள் சிலர் ஓடிவந்து கொண்டிருந்தனர்.

–

சுயமுகம்

ஜாஃபருக்கு ஊரடங்கிய அந்த இரவு மிகவும் கனமானதாக இருந்தது. வெளியில் மனித நடமாட்டமே இல்லை. ஒரு நாயை இன்னொரு நாய் விரட்டிக்கொண்டு ஓடுவது தெருவில் விழுந்த எதிர் வெளிச்சத்தில் நிழல்படமாகத் தெரிந்தது. கடந்த சில நாட்களில் தனக்கு ஏற்பட்ட அனுபவங்களை நினைத்துப் பார்த்தால் நாளை என்ன மாதிரியான நாளாக இருக்கும் என்று கற்பனை செய்து கூடப் பார்க்கமுடியவில்லை. ஒரு பெரிய வீட்டின் பொகைன்வில்லா மரநிழலின் கீழ் இருந்த நடைபாதையில் உட்கார்ந்துவிட்டான். தூக்கம் என்பது என்னவென்று அவனுக்கு மறந்து போயிற்று. அம்மா இரண்டு தடவைகள் அழைத்துவிட்டாள். வருகிறேன், வருகிறேன் என்று சொன்னானே ஒழிய வீட்டிற்குச் செல்லும் மனம் இல்லை, வீட்டிற்குச் செல்லமுடியாது. அம்மா, 'நான் தூங்கப்போறேன். சாவி ஷூ ரேக்ல வச்சிருக்கேன். பால் இருக்கு. ஒரு கிளாஸ் குடிச்சிக்கோ,' சொல்லிவிட்டு வைத்துவிட்டாள். கண்ணில் ஏனோ தாரை தாரையாக கண்ணீர் வடிந்து கொண்டே இருந்தது. தன்னை அறியாமல் அழுது கொண்டே இருந்தான். இந்த ஊருக்கு என்னென்னவோ செய்திருக்கிறான். வாராந்திர கூட்டங்களில் இவன் தான் பக்கத்து ஊரில் இருக்கும் வேலுவிடம் சொல்லி அருமையான தேநீர் வரவழைத்துக் கொடுப்பான். பெரும்பாலும் பணக்காரர்கள் தாம். ஆனால் ஒரு முறை கூட அந்த தேநீருக்குக் காசு கொடுக்கவேண்டுமா என்று கேட்டதே இல்லை, ஜாஃபர் அதை எதிர்பார்த்ததுமில்லை. ஊரின் அசோசியேஷன் கூட்டங்களில் ஒரு தன்னார்வலர் போல வேலைகளை இழுத்துப் போட்டுக்கொண்டு செய்வான்.

எப்படியும் அந்த நகரை ஒரு முன்மாதிரி நகராக்கிவிட வேண்டும் என்று அந்த ஊர்த்தலைவர் சுப்ரமணி கடுமையாக உழைத்தார். 71 வயதுக்கு அதிகமான இலட்சியங்களுடன் இருந்தார் என்று தோன்றியது. முந்தைய வாரம் தான் பக்கவாதம் வந்து படுத்த படுக்கையானார். அவருக்கு ஜாஃபரை மிகவும் பிடிக்கும். ‘தம்பி, கொஞ்சம் இந்த நோட்டீசை எல்லாருக்கும் கொடுத்துருங்க. இந்த அறிவிப்ப ஊர்ப்பலகையில எழுதிருங்க. தினமும் குறளை மாத்துறீங்கன்னு கேள்விப்பட்டேன். குட். நான் அந்தப்பக்கம் போறதே இல்லப்பா. வாக்கிங்க இந்தப்பக்கமே முடிச்சிக்கிறேன். பார்க் இருக்குல்ல. அதனால தான்’, என்று மிகவும் வாஞ்சையுடன் பழகுவார். தண்ணீர்ப்பற்றாக்குறை வந்தபோது, குடிநீர் வாரியத்துக்கு நடையாய் நடந்து வண்டிகள் வரைவழைத்து நீரை வரவழைத்தான். அல்லி மாமி அவனை எல்லோர் முன்னும் கண்ணேறு கழித்தாள். யார் வீட்டில் மின்சார விடயங்கள் பழுது என்றாலும் என்னவோ இவன் தான் எலெக்ட்ரிஷியன் போல இவனைத்தான் அழைப்பார்கள். இவன் சென்று எலெக்ட்ரிஷியன் சனோஜை அழைத்துவருவான். காசு கொடுக்காமல் வேலை வாங்க என்று இவனுக்கு நன்றாகத் தெரியும். சனோஜுக்கு இவனே இருநூறு, முன்னூறு என்று கொடுத்துவிடுவான். ‘ஏன் அண்ணன். நீ அலட்டிக்கிற. கரண்ட் இல்லாம இருக்கட்டும்னு ரெண்டுநாள் விட்டா ஆயிரம் ரூபா கூட கொடுப்பான்க. என் தொழில்ல மண்ணப்போடுற,’ என்று இருவரும் வேலு கடையில் ஒன்றாக டீ குடிக்கும் போதெல்லாம் சொல்வான். இந்த ஊரில் எல்லோரையும் எல்லா வசதிகளுடனும் மகிழ்ச்சியாக வைத்துக்கொள்வதில் தொடர்ந்து ஈடுபட்டிருக்கிறான். மனிதர்கள் சுயநலமானவர்கள் மட்டுமல்ல, எல்லாவற்றையும் அன்றன்றே மறந்துவிடுவார்கள் என்பதையும் உணர்த்திய நாட்கள் இவை.

கனி தான் கொச்சிக்கு வந்துவிட்டுப் போ என்று அழைத்தாள். அப்படியே அங்கே ஒரு காண்ட்ராக்ட் வேலையும் கிடைத்தது. ஒரு திரைப்படத்திற்குத் துணை நடிகர்கள் ஏற்பாடு செய்யவேண்டும். தமிழ்த்துணை நடிகர்கள். இது தான் அவனுடைய உண்மையான வேலை. உரிமம் அட்டை வைத்திருந்தான். சுரேஷ் தன்னால் எல்லாவறையும் நிர்வகிக்க முடியாத பொழுது வேலைகளை ஜாஃபருக்குக் கொடுத்தார்.

அப்படி வந்த வேலை தான். அப்படியே கனியையும் சந்தித்து வரலாம் என்று சென்றான். ஊரெல்லாம் கொள்ளை நோய்த் தீவிரமாகப் பரவிக்கொண்டிருந்தது. கனி தனியாக ஒரு விடுதியில் தங்கியிருந்தாள். தனிமையில் வாடும் அவளை அவ்வப்பொழுது சென்று கவனித்து சில நாட்கள் அவளுடன் ஊரெல்லாம் சுற்றி அவளுக்குத் தேவையானவற்றை வாங்கிக் கொடுத்துக் கொண்டு வருவான். ‘நீ அப்படியே எங்கப்பா மாதிரி இருக்க, ஜாஃபர்’, என்று கனி அவனிடம் சொல்வது அவனுக்குப் பிடிக்கும். கனிக்கு அப்பா அம்மா இருவருமே கிடையாது. மூத்த அண்ணன் ஆதரவில் தான் வளர்ந்தாள். இளைய அண்ணனுடன் அவ்வளவாகத் தொடர்பு இல்லை. கொச்சியே தனிமை சூழ்ந்து இருந்தது. ஜாஃபருக்கு ஊருக்குள் சென்று இறங்கியதும் கொஞ்சம் அச்சம் சூழ்ந்தது. இந்த ஊரடங்கு நிலையில் என்ன படப்பதிவு என்று கேட்காமலேயே வந்து விட்டோமே என்று திடுக்கிட்டான். சுரேஷ், இரண்டு அழைப்புகளைத் தவறவிட்டுத் தான் தன் அழைப்பிற்குப் பதில் அளித்தார். ‘அதாம்பா ஏதோ புரொமோஷனல் வீடியோ பண்றாங்களாம். மலையாளிகள் யாரும் வரமாட்டேன்னுட்டாங்களாம். அதுமட்டுமில்ல. அவங்களுக்கு எல்லாம் பரவ ஆரம்பிச்சிருச்சி. தமிழ் ஆள்கள் தான் சேஃப்புன்னு நினைகிறாங்க. நீயும் பத்திரமா வாப்பா. நோய வாங்கிட்டு வந்துராத. ஆர்ட்டிஸ்ங்கக்கிட்டயும் சொல்லிரு. கடுமையான வார்னிங் கொடுத்துரு,’ சொல்லிவிட்டுப் பதிலை எதிர்பார்க்காமலேயே கைப்பேசியைத் துண்டித்துவிட்டார். சுரேஷ் அப்படித்தான். அவர் பேசவேண்டியதைப் பேசிவிட்டால் செல்பேசி தொடர்பைத் துண்டித்துவிடுவார். எதிர் முனையில் பேசவேண்டியவர் பேசிவிட்டாரா என்று யோசிக்கமாட்டார்.

வந்த இரண்டாவது நாளே நடிகர்கள் எல்லோரையும் திரும்ப அனுப்பியாயிற்று. அவசர அவசரமாக எல்லாவற்றையும் முடிப்பதில் இயக்குநர் குறியாக இருந்தார். நோய்த்தொற்று அந்த அளவிற்கு வேகமாகப் பரவி வந்தது. கனியுடன் கூடுதலாக இரண்டு நாட்கள் இருக்க வாய்ப்பு கிடைத்தது.

‘என்ன கனி முத்தம் கொடுக்கிற’, இதழ்களை உருட்டிக் கொண்டே சொன்னான் ஜாஃபர்.

'அவனவன் காதலியோட முத்தத்துக்கு ஏங்குவான். நீ என்னன்னா? உன்கிட்ட இருந்து எனக்கு வராம இருந்தா சரி. உன் ஊர்ல தான் அடுத்தது மச்சி.'

கனி, தனக்கு நோய்த்தொற்று இருக்கிறதா என்று பரிசோதனை செய்து இல்லை என்பதை உறுதி செய்திருந்தாள்.

'சரி இன்னொன்னு வேணுமா, வேண்டாமா', என்றாள். உதடுகளை ஈரப்படுத்தினாள்.

ஆசையூட்டினாள். கண்களும் கன்னங்களும் இதழ்களும் பொலிவேறி ஜாஃபருக்கு இச்சையூட்டின.

மெல்ல தலையசைத்தான்.

அப்படியே கொத்தாகக் காதுடன் கைகளை வைத்து அழுத்தி ஜாஃபரின் தலையை இழுத்து இதழ்களைக் கவ்வி நாக்கையும் உள்ளிழுத்து முத்தம் கொடுத்தாள்.

இது கனியின் தோழியுடைய வீடு. விடுதி வார்டன் முதலில் அனுமதி தரமாட்டேன் என்று சொன்னாள். அவளுக்குக் கனி மீது அக்கறையும் பொய் சொல்லமாட்டாள் என்ற நம்பிக்கையும் இருந்தது. 'என் ஃப்ரெண்ட் வீட்டுல ஒரு பாட்டி தனியா இருக்காங்க, மேம். அவ திருச்சூர்ல இருந்து வந்துட்டுப் போக முடியாது. ரெண்டு நாள் சமைச்சி வச்சிட்டு வந்துர்றேன். பாவம் அவங்க.'

தோழி வீடு என்பது உண்மை. மற்றதெல்லாம் பொய். தோழி கிசுகிசுத்தாள். 'வேற எதுவும் பண்ணிடாத கனி. பிரச்சனையெல்லாம் வராது இல்ல. இத்தனை வருசத்துல நான் என் கூட எந்த ஆம்பிளையையும் வீட்டுக்குக் கூட்டிட்டு வந்தது இல்ல', என்றாள்.

கனி வீடு விசயத்தில் கவனமாக, பொறுப்பாக இருந்தாள். ஆனால், ஜாஃபரிடம் தாறுமாறாக நடந்து கொண்டாள். 'ரெண்டு நாள் தானா,' என்று கேட்டான்.

'இங்க நிலைமை ரொம்ப மோசமா இருக்கு ஜாஃபர். உனக்கு ஏதாவது ஆகிரக்கூடாதுன்னு பயமா இருக்கு. என் செல்லமில்ல. இன்னொரு தடவ வா. எத்தனை தடவையோ அத்தன தடவ,' என்றாள்.

ஜாஃபருக்கு எது குறித்தும் ஒருபயம் இருக்கும். வீட்டில் வளர்ப்பு அப்படி. கனி எதுகுறித்தும் அச்சப்படவே மாட்டாள். அவள் எதையும் நேரடியாகச் சிந்தித்து அதையே செய்வாள். ஜாஃபருக்காக நிறைய யோசித்து அவனைத் திரும்ப அனுப்பி வைத்து அவன் வீட்டிற்குப் பத்திரமாகச் சேர்ந்துவிட்டதை உறுதி செய்து கொண்டு தான் ஆறுதலானாள்.

ஜாஃபரின் அம்மா எப்பொழுதுமே சொல்வாள். 'உனக்கு உன் உள்ளுணர்வு ஜாஸ்தி ஜாஃபர். தொழுகை செய்யுன்னா ஒன்னும் செய்யமாட்டேங்குற. அதெல்லாம் செஞ்சா மனுசங்களோட துன்பத்தப் போக்கவாவது உதவும்.'

அவனுடைய அப்பா இறப்பதற்கு முந்தைய நாள் ஜாஃபர் ஒரு கனவு கண்டான். அதில் அவன் அம்மாவின் மூக்குத்தி தொலைந் ததாயும் அதை அவன் அம்மா வீடெல்லாம் தேடுவதாயும் ஒரு கனவு கண்டதாகச் சொன்னான். அவன் அப்பா அடுத்த நாளே மாரடைப்பில் இறந்து அம்மா மூக்குத்தி கழற்ற நேர்ந்த போது, ஜாஃபரின் கனவைச் சொல்லிச் சொல்லி அழுதாள், அவன் அம்மா. ஜாஃபர், 'அது வெறும் கனவுதாம்மா. அதெல்லாம் சீரியசாக எடுத்துக்காத,' என்று சொன்னாலும் அதைக் குறித்து அவன் மீண்டும் மீண்டும் யோசித்துக் கொண்டே இருந்தான். வீட்டிற்கு வந்த அன்று களைப்பில் நீள் உறக்கம் கொண்டான். அதிகாலையில், அவன் ஊரில் உள்ள பூங்காவில் நடைப்பயிற்சிக்குச் சென்று திரும்பினால், வீட்டில் வந்து அவனுடைய பர்ஸ் காணாமல் போயிருந்ததை உணர்ந்தான். அவன் பூங்காவிற்குச் சென்றவழியே, அவன் நடந்த வழியே, திரும்பிய வழியேவெல்லாம் நடந்து தேடினாலும் பர்ஸ் கிடைக்கவில்லை. அம்மா, காபியுடன் ஜாஃபர் அருகே வந்து அமர்ந்து எழுப்பினாள். எழுப்பவும் பர்ஸ் காணாமல் போன கனவு கலைந்தது. அருகே மேசை மீது அவனுடைய பர்ஸ் இருந்தது. அம்மாவிடம் கனவைச் சொன்னான். அம்மா யோசித்துக்கொண்டே இருந்தாள். படுக்கையிலிருந்து எழுந்ததும் இருமத்தொடங்கினான். மெல்ல காய்ச்சல் தொடர்ந்தது. வாந்தி எடுத்தான். தலைவலி குடைந்தது. அம்மா என்னென்னவோ கசாயம் கொடுத்தாள். அம்மாவிற்கே தான் கடுந்தொல்லை கொடுப்பது போல் உணர்ந்தான் ஜாஃபர். அம்மா பக்கத்துவிட்டு

மல்லிகாவிடம் பேசிக்கொண்டிருந்ததைக்கேட்டான், ஜாஃபர். அப்பொழுதே யோசித்தான். 'அம்மா ஏன் இதெல்லாம் மத்தவங்கக்கிட்ட சொல்லிக்கிட்டு இருக்காங்க.'

அரைமணி நேரத்தில் மல்லிகா சில பெண்களுடன் வீட்டு வாசலில் வந்து நின்று, 'ஜாஃபர் அம்மா, ஜாஃபர் அம்மா', என்று அழைத்தாள். 'ஜாஃபருக்கு ரெண்டு நாளா காய்ச்சல் நிக்கல. நீங்க ரெண்டு பேரும் கவர்ன்மெண்ட் ஹாஸ்பிடல் போய் ஒரு செக்கப் எடுத்துடுங்க. ப்ளீஸ். எங்களுக்கெல்லாம் ஜாஃபர்கிட்ட இருந்து நோய்த்தொத்திக்குமோன்னு பயமா இருக்கு'.

இன்னும் அது வைரஸ் தொற்றாவென்று தெரியவே இல்லை. அதற்குள் அந்தப்பெண்கள் இப்படி சொல்கிறார்களே என்று எதற்கும் மருத்துவமனைக்குச் சென்றுவருவது நல்லது என்று ஜாஃபரும் அம்மாவும் கிளம்பிச் சென்றார்கள். இரண்டு நாள்கள் மருத்துவமனையிலே இருக்க வேண்டியிருந்தது. பரிசோதனையில் நோய்த்தொற்று இல்லை என்றும் வழக்கமாக வரும் கபச்சளி தான் என்றும் உறுதி செய்து வேறு வைரஸ் தொற்று நோயாளிகள் இருக்கிறார்கள், ஜாஃபருக்கும் அவனுடைய அம்மாவிற்கும் வந்துவிடக்கூடாது என்று உடனேயே மருத்துவமனையிலிருந்து அனுப்பிவிட்டார்கள்.

பிறகு தான் எல்லா நாடகங்களும் தொடங்கின. வீட்டின் முன்னால் ஆம்புலன்சில் சென்று இறங்க, அந்தச் சத்தத்தில் மல்லிகா தன் வீட்டை விட்டு வெளியே வந்தாள். இரவு பன்னிரண்டு மணி. சத்தமாக அந்தத் தெருவிற்கே கேட்கும்படிக் கத்தத் தொடங்கினாள். 'நீங்க இங்க இருக்கக்கூடாது. ஹாஸ்பிடலுக்குப் போங்க. மக்களுக்கு எல்லாத்தையும் பரப்பிரப்போறீங்க.'

ஜாஃபர் விளக்கினான். தன்கையில் இருக்கும் நோய்ப் பரிசோதனை செய்து அது இல்லை என்பதற்கான முத்திரையைக் காட்டினான். மல்லிகாவுடன் இப்பொழுது சில ஆண்களும் சேர்ந்து கொண்டார்கள். ஜாஃபர், 'முடியாது', என்று மறுக்கவும் கெட்ட வார்த்தைகளில் பேசத்தொடங்கினார்கள். வழக்கமாக, ஊர்க்கூட்டங்களில் மௌனமாக எல்லாவற்றையும் வேடிக்கை பார்த்துக் கொண்டு, மிக்சர் சாப்பிடும் ஆள், ஒரு தடியை

எடுத்து அடிக்கவே வந்துவிட்டார். அவருடைய மனைவி, 'ச்ச அப்பபடிப்போடுங்க. கம்பு வழியா பரவிக்கப்போவுது, ஒட்டுவாரொட்டி. மனுசன் வீரத்தக் காமிக்க வந்துட்டாரு,' என்று அவரை இழுத்துப்போனாள். ஊரே அந்தத் தெருவில் அவன் வீட்டின் முன் கூடி இருந்தது. அவனுக்குத் தன் அம்மாவை அந்த நிலையில் பார்க்க வேதனையாக இருந்தது. மணி ஒன்றைத்தாண்டும் வரை வாக்குவாதமும் பேச்சுகளும் ஒரே கலவரமாக இருந்தது. எப்பொழுது வேண்டுமானாலும் தன்னை யாரும் அடித்துவிடுவார்கள் என்பது போலவே நடந்து கொண்டார்கள். முன் நிற்கும் ஒவ்வொருவரும் எதற்கெடுத்தாலும், 'ஜாஃபர் இத செஞ்சுரேன்', என்று ஏதேதோ காரணங்களுக்கெல்லாம் ஜாஃபரிடம் கெஞ்சியவர்கள். எல்லாச் சந்தர்ப்பங்களும் ஜாஃபருக்கு நினைவிற்கு வந்து கொண்டே இருந்தன. ஆம்புலன்சில் திரும்பும் போது அம்மாவிடம், 'கொஞ்சம் கஞ்சி வச்சித்தாம்மா. பசிக்குது,' என்று சொல்லியிருந்தான். இருவருமே மதியம் கொஞ்சம் போல எலுமிச்சம் சோறு சாப்பிட்டது. குடலைக்குமட்டிக்கொண்டு வந்தது. அம்மாவிற்கு சர்க்கரை நோய்.

ஜாஃபர் பொறுமையிழந்து கொண்டிருக்கும்போது, ஒருவர் போலீசுக்கு ஃபோன் செய்தார். போலீஸ் உடனே வந்தாலும் அதில் நோய்த்தொற்றுக்குப் பயப்படும் ஒரு போலீஸ், கொஞ்சம் நேரம் தான் ஜாஃபருக்கு ஆதரவாகப் பேசினார். பின், ஊரில் வழக்கமாகப் பெண்கள் விடயத்தில் மோசமான ஆள் என்று அறியப்பட்ட நாராயணன் போலீசை தனியாக அழைத்துச் சென்று ஏதோ பேசிவந்தான். அவன் நேரே ஜாஃபரிடம் வந்தான். 'ஏம்ப்பா பிரச்சனை பண்ணுற. திரும்ப ஒரு தடவ ஹாஸ்பிட்டலுக்குப் போயிட்டு வந்துரு. அவங்க சொல்றதுல ஏதாவது உண்மை இருந்துச்சின்னா. உள்ளப்போய்த் துப்பாக்கிய எடுத்துட்டுவந்து என்னையே சுட்டுட்டன்னு வச்சிக்கோயேன். முசுலீம்கள நம்ப முடியறதுல்லப்பா.'

போலீஸ் ஜீப்பில் ஏற்றமுடியாது என்று சொல்லிவிட்டார்கள். நடந்து செல்லும் தூரமும் இல்லை. கொஞ்ச நேரமாய் இந்தப் பதட்டத்தில் உடல் நடுங்குவதைப் போல் சில்லிட்டுக் குளிர்கிறது

வேறு. அப்பொழுது சரியாக, குப்பைகளை ஏற்றிச் செல்லும் ஒரு வண்டி கடந்து செல்ல, ஒல்லியான போலீஸ் ஓடிச்சென்று கையை அசைத்து நிறுத்தினார். அதன் பின்பக்கத்தில் ஜாஃபரை ஏற்றி அனுப்பினார்கள். அம்மா கண்கலங்கி அழாமல் வாயைப்பொத்திக்கொண்டார். அம்மாவை அப்படிப்பார்க்கச் சங்கடமாக இருந்தது. குப்பை வண்டியில் எதிர்ப்புறம் நின்று மேலே கைப்பிடியைப் பிடித்திருந்தவருக்கு ஐம்பது வயது இருக்கும். ‘இப்படித்தாம்பா. ஊர்க்காரனுங்க நன்றி கெட்டவங்க. உன்னைய எனக்கு நல்லாத் தெரியும். நீதான அந்த விடோ லேடி இருக்காங்களே, ஜெனிஃபர் அவங்க குழந்தையை ரயில்வே ஸ்டேஷன் பக்கத்துல இருக்கிற ஸ்கூலுக்குக் கூட்டிட்டுப்போவியே. நெறைய தரம் உன்னைய பாத்துருக்கேன். அந்தக் கம்பிய நல்லா பிடிச்சுக்க. கீழ விழ மாட்ட. மனுசன் தன் புத்திய காட்டிருவான்,’ என்றார். மருத்துவமனையில் போலீஸ் தனக்கு முன்னால் காத்திருந்தது. மருத்துவர், ‘இவருக்கும் இவங்க அம்மாவுக்கும் டெஸ்ட் பண்ணி இல்லன்னு இப்பத்தான அனுப்பினேன். திரும்பத் திரும்ப வராதீங்க, ப்ளீஸ். நோய் பரவிரக்கூடாது. அப்புறம் கவர்ன்மெண்ட் ஹாஸ்பிடல்ல எக்ஸ்ட்ரா பெட் இல்ல. எந்த வசதியும் இல்ல.’ நாள் முழுக்க வேலை பார்த்த களைப்பிலும் ஆற்றாமையிலும் கோபத்திலும் பேசித்திரும்ப அனுப்பினார் மருத்துவர். போலீஸ் அதே குப்பை வண்டியில் ஏற்றி அனுப்ப, அவனுடைய ஊர் எல்லையில் வண்டியிலிருந்து அவனை இறக்கிவிட்டார்கள். மனம் கொஞ்சமும் கொந்தளிப்பு அடங்காமல் தகித்தது. தெரிந்த எல்லோரின் முகங்களும் வழக்கமான நட்பையும் அன்பையும் இழந்து அசிங்கமான சுயமுகத்தைக் காட்டியிருந்தன. ஒரே சந்தர்ப்பத்தில் எல்லோரும் ஒன்றாகத் தம் முகமூடிகளைக் கழற்றி எறிந்திருந்தார்கள். இந்த ஊருக்குத் திரும்பிச் செல்வதில் என்ன நியாயம் என்று யோசித்தான்.

ஊரின் கடைசித் தெருவில் தான் உட்கார்ந்திருந்த நடைபாதையிலிருந்து எழுந்தான். கனியை அழைத்துப் பேசலாமா என்று நினைத்தான். காலை நான்குமணி இருக்கும். அவளாவது நிம்மதியாகத் தூங்கட்டும் என்று நினைத்தவன் அவளுக்கு அழகான ஒரு குறுஞ்செய்தியைத் தட்டினான்.

ரயில் தண்டவாளத்தை நோக்கி நடந்தான். நிறைய படிகள் ஏறி இறங்கி ப்ளாட்ஃபாரத்திலிருந்து தண்டவாளத்திற்கு இறங்கி நடக்கத் தொடங்கினான். வெளியூர்களில் இருப்பவர்கள் திரும்பும் அவசரத்திற்காகச் சில ரயில்கள் மட்டும் தான் இயங்கிக் கொண்டிருந்தன. இவற்றையும் ஒரு சில நாள்களில் நிறுத்திவிடுவதாக அரசு அறிவித்திருந்தது. எங்கோ தூரத்தில் ரயில் வரும் சத்தம் அந்த மனநிலையிலும் துல்லியமாய்க் கேட்டது. ஜாஃபர் நெற்றியில் வழிந்த வியர்வையைத் துடைத்துக் கொண்டான். யாரோ தூரத்தில் அவன் னோக்கம் அறிந்தவர் போல கத்தி அவனை அழைத்துக் கூப்பாடு போடுவது கேட்டுக்கொண்டிருந்தது. எதையும் பொருட்படுத்தாமல் அவன் தண்டவாளத்தின் நடுவே ரயிலை நோக்கி நடந்து கொண்டே இருந்தான்.

–

இயக்கம்

நாளை எப்படியும் சிக்கன் பிரியாணி செய்யவேண்டும் என்று முடிவெடுத்துவிட்டாள் மயில். ஜெனிஃபரிடம் சொன்னபோது, அவள் வெறுமையாகச் சிரித்தாள். 'கையில 150 ரூபா தான் இருக்கு. பதினைஞ்சி பேருக்கு சிக்கன் பிரியாணி. நடக்குற கதையா பேசு', என்றாள், ஜெனிஃபர். மாலை மூன்று மணிக்கு மயிலுக்கு அப்படி வியர்த்தது. கொஞ்சம் பொட்டல்காடான பகுதியில் ஊருக்கு ஒதுக்குப் புறமாக உள்ள வீடு. நிலமும் வானமும் எப்பொழுதும் சாட்சியாக இருப்பதைப் போல அவர்களின் அன்றாட வாழ்க்கையை வேடிக்கை பார்த்துக் கொண்டிருந்தன. பூமியிலும் வானத்திலும் இல்லாமல் அவர்கள் வாழ்க்கை அந்தரத்தில் தொங்கிக்கொண்டிருந்தது. எப்பொழுதும் பசியும் போராட்டமும் அந்தக்கட்டிடத்தை, அவர்கள் குடியிருப்பைச் சிலந்தி வலை போலச் சுற்றிச்சுற்றி வந்து கொண்டிருந்ததை உணர்ந்தாள் மயில். மயிலும் ஜெனிஃபரும் சிறு வயதிலேயே தோழியர். ஜெனிஃபர் பன்னிரண்டாம் வகுப்பில் நல்ல மதிப்பெண்கள் பெற்று மருத்துவம் படிக்கச்சென்றுவிட்டாள். மயில், படிக்க வசதியில்லாமல் போராளி நாகப்பனுடன் சேர்ந்து ஊர் ஊராகப் பாடி மக்கள் போராட்டத்தை நடத்திக் கொண்டிருந்தாள். ஒரு போராட்டத்தில் போலீசின் கடுமையான அடியில் நோய்வாய்ப்பட்டு அப்படியே மருத்துவமனை சிகிச்சையில் இருக்கும்போதே இறந்துபோனார் நாகப்பன். அன்று அழுவதற்குக் கூட மயில் உடலில் ஆற்றலில்லை. காஞ்சிபுரத்திலிருந்து செங்கல்பட்டு வரை சாலையோரமாக நடந்தே வந்தாள். எப்பொழுது வேண்டுமானாலும் பசியில் தலை சுற்றிக் கீழே விழுந்துவிடுவோம் என்ற நிலையில்

சாலையோரமாக இரந்து நிற்கலாமா என்று யோசித்தாள். சுடிதார் துப்பட்டாவைத் தலைக்கு மேலே போட்டுக்கொண்டு மெல்ல அப்படி யோசனையுடன் நடந்து வரும்போது, 'அக்கா, இங்க எப்படி. சம்பந்தமே இல்லாத திசையில போய்க்கிட்டு இருக்க', மணியின் குரல். சைக்கிளில் இருந்து ஒற்றைக்காலைச் சாலையில் ஊன்றிக்கொண்டு கேட்டான். அவன் கால்களில் செருப்பு இல்லை. 'மணி...', தயங்கினாள். 'சொல்லுக்கா.'

'என்னைய மாமண்டூர்ல விட்டுறியா?'

'ஏறு. அப்படிக்காத்தான் போறேன்', ஏறியதுமே கேட்டான். 'சாப்பிட்டியா? ஒரு மணி வெயிலுக்கு இப்படி வெத்துப்பாதையில நடந்துக்கிட்டு இருக்கியே. உன்னையப்பாத்தா பாவமா இருக்குக்கா'.

'போடா, பாவம் கீவம்னுட்டு. பசிக்குது. கையில காசு இல்லை'.

அமைதியாக இருந்தான் மணி. ரோட்டோரத்தில் இருந்த கடையில் சைக்கிளை நிறுத்தி ஆளுக்கு இரண்டு பரோட்டாவும் சிக்கன் சால்னாவும் வாங்கிவந்தான். சாப்பிட்டு ரெண்டு டம்ளர் தண்ணீர் குடித்ததும் தான் உயிர்வந்தது போல இருந்தது, மயிலுக்கு. 'எப்படியோ நீ வந்த.'

'இது எப்படிக்கா போதும். வீட்டுக்கு வா. தங்கச்சி ஏதாவது வச்சிருக்கும். அதுக்கும் வயிறு இருக்குல்ல,' என்றான்.

'வீட்டுக்கெல்லாம் வேணாம்டா. பாலம் தாண்டினோன்ன விட்டுரு. அஞ்சு ரூபா கொடு. நான் ஜெனிஃபரப் பாக்கப்போறேன்.'

மூன்று வருடங்களுக்கு மேல் இருக்கும், ஜெனிஃபரைப் பார்த்து. நாகப்பன் இறந்ததுமே ஏனோ ஜெனிஃபர் ஞாபகம் தான் வந்தது. ஏன் அவள் ஞாபகம், எப்படி அவள் நினைவிற்கு வந்தாள் என்று தெரியவில்லை. மயிலை வாசலில் பார்த்ததுமே ஓடோடி வந்து ஜெனிஃபர் கட்டிப்பிடித்துக் கொண்டாள். வியர்வை, அழுக்கு, உடை எதையுமே பார்க்கவில்லை. அது தான் ஜெனிஃபர். படிப்பின் கடைசிக்கட்டம். அப்பா

கிடையாது. அம்மாவின் ஓய்வூதியத்தொகையில் போராடித்தான் படித்திருப்பாள். ‘அப்படியெல்லாம் இல்லடி. மாமா எங்க தென்னந்தோப்ப குத்தகைக்கு எடுத்திருந்தார். காசு கொடுப்பார். எங்க அம்மான்னா அவருக்கு உயிரு. சொல்லு, என்ன செய்யலாம்’, என்று நேரடியாகவே விசயத்திற்கு வந்தாள். பள்ளிப்பருவத்தின் போதே களப்பணி தான் இருவரின் இலட்சியமும். எப்பொழுது என்றாலும் என்று இருவரும் ஒருவருக்கொருவர் சத்தியம் செய்து கொடுத்திருந்தனர். மயிலின் முகத்தையும் தோற்றத்தையும் பார்த்த ஜெனிஃபரின் அம்மா சோஃபி நன்றாகச் சமைத்துக்கொடுத்தாள். குளித்து ஜெனிஃபரின் உடையை மாற்றிக்கொண்டாள்.

‘ஜெனி, நாம திட்டம் போட்ட மாதிரி இயக்கத்த ஆரம்பிச்சிரலாமா. நாகப்பன் அண்ணன் இறந்துட்டாரு. இனி என்ன செய்யுறது. இனியும் எதுக்கும் வெயிட் பண்ணவேணாம்’, மயில்.

‘இன்னும் ரெண்டு மாசம் தான் ஹவுஸ் சர்ஜன்சி. முடிச்சோன்னா வேற என்ன வேல எனக்கு. அம்மாவும் மாமாக்கிட்ட போய் இருந்து தோப்புத் துரவப் பாத்துக்குறேன்னு சொல்றாங்க’.

இருவரும் ஜெனிஃபரின் டூவீலரில் கிளம்பி வீடு தேடினார்கள். அப்பொழுது தான் இந்த வீடு தென்பட்டது. ஊரின் ஒதுக்குப் புறத்தில், புறம்போக்குப் பகுதியில் தனியாக இருந்ததால் யாரும் வாடகைக்கு வரவில்லை. வீட்டு உரிமையாளரை அழைத்துப் பேசி முன்பணம் கொடுத்தார்கள். ஜெனிஃபர் இங்கே இருந்தே தன் பயிற்சிக்காலத்தை முடித்தாள். மயில் தன்னுடன் தொடர்பில் இருந்த போராளிகளை எல்லாம் அழைத்துப் பேசினாள். தான் இயக்கம் தொடங்க இருப்பதையும் கூட்டுச்சமூக வாழ்க்கைக்குள் செல்லவிருப்பதையும் தெரிவித்தாள். குடும்பம், காதல், திருமணம் இதில் எல்லாம் தனக்கு நம்பிக்கை இல்லை என்பதைத் தொடர்ந்து பேசிவருபவள் மயில் என்று எல்லோருக்கும் தெரியும். சில இளம்பெண்கள் உற்சாகமானார்கள். சில ஆண் போராளிகளும் சேர்ந்தனர். ஒரு வருடத்தில் பதினைந்து உறுப்பினர்களாக மாறினார்கள். இந்த ஓராண்டில் எவ்வளவோ போராட்டங்கள்.

அரசுகளின் நடவடிக்கைகளைக் கண்டித்தும், இருளரின் உரிமைகளைக் கோரியும், வீரஅஞ்சலிக்கூட்டங்களையும் நடத்தியும் எல்லோருக்கும் தன் சமூகக் கருத்துகள் வழியாக அறிமுகம் ஆகியிருந்தார்கள். வெளி உலகிற்கு மயிலும் ஜெனிஃபரும் வாழ்வின் புதிர்ப்பாதையில் நுழைந்தவர்கள் போல தெரிந்தார்கள். காண்பவர்களுக்கு இவர்கள் எங்கே இருந்து கிளம்பி வருகிறார்கள் என்று நினைக்கத்தோன்றும் அளவிற்கு பழுக்கக் காய்ச்சிய இதயம் போல சிவந்து இருந்தன இருவரின் இதயங்களும்.

இரவுகளில் ஜெனிஃபர் தூக்கத்திற்கிடையே விழித்து எழுந்து பார்த்தால், மயில் சுவரில் சாய்ந்து உட்கார்ந்திருப்பாள். 'தூங்கலியா மயிலு,' என்று அருகில் வந்து உட்காருவாள் ஜெனிஃபரும்.

'தூக்கமே வர மாட்டேங்குது, ஜெனி. அந்தக் கலெக்டர் நாய் எப்படி நடந்துக்கிட்டான் பாரேன். ஒரு நாள் அவன மக்கள் செருப்பால அடிப்பாங்க பாரேன். சாப்பாட்டுக்கு, தண்ணிக்கு வழியில்லாம எப்படித் தவிக்குதுங்க சனம். ஏதோ கிள்ளுக்கீரை மாதிரி தன் நகங்களுக்கு இடையில மக்கள் வச்சிக்கிற மாதிரி பேசுறான் பாரேன்.'

ஜெனிஃபருக்கும் தூக்கம் அத்துடன் போய்விடும். எல்லோரும் நைந்த பாய்களில் படுத்து உறங்கிக்கொண்டிருப்பார்கள். அடுத்த நாள் போராட்டம் இருக்கும் நாட்களில் மயில் தன்னை உருவேற்றிக் கொள்வது போல மொட்டை மாடியில் அங்கும் இங்கும் அலைவாள். காற்றிலே உத்திகள் வரைவாள். யார் முன் வரிசையில் இருக்கவேண்டும். யார் வீட்டிலேயே இருக்கவேண்டும். கைது ஆனால் ஒவ்வொருவரும் என்ன செய்யவேண்டும். இயக்கத்தின் அச்சாணியே அவள் தான். அடுத்த நாள் போராட்டம் இயல்பாக நடந்து வீட்டிற்குத் திரும்பினால் அடுத்த நாள் மாலை வரை உறங்குவாள். யாரும் எழுப்பமுடியாது. பசிக்கவும் செய்யாது. ஜெனிஃபர் கெஞ்சிக்கூத்தாடி ஊட்டிவிடவேண்டும். இவளா தலைவி, இவளா நேற்று எல்லோர் முன்னும் காவல்துறைக்கே தண்ணீர் காட்டியவள் என்று தோன்றும். சட்டம் படிக்கவில்லை

யென்றாலும் அன்றைய போராட்டங்களின் சட்டங்கள், நுணுக்கங்களை எல்லாம் வழக்கறிஞர் சாக்ரடீசிடம் கேட்டு அறிந்து வைத்து உருப்போட்டுக்கொள்வாள். இரசவாதம் போல அவள் மூளையில் வேலை செய்து அவையெல்லாம் முழக்கங்களாகும். இத்தனைக்கும் பெரிய வாசிப்பு எல்லாம் கிடையாது. முழக்கங்களை வார்த்தைப்படுத்த, பாடல்களாக்க அவளால் தான் முடியும். முழக்கத்தில் இடியும் லயமும் நெருப்பும் இருக்கும். தனக்கு முக்கியமென்ற நூல்களை எல்லாம் ஜெனிஃபர் வாசிக்க, மயில் கண்மூடிக் கேட்டுக்கொண்டே இருப்பாள். அவ்வளவு தான். இப்படியாக ஜெனிஃபர் மயிலுக்கு நூற்றுக்கணக்கில் நூல்களை வாசித்திருப்பாள். நூலை வாசித்து முடித்ததும் மயில் நூலின் சில வரிகளை எந்த வார்த்தையும் பிசகாமல் சொல்லிக்காட்டுவாள். முன் அறையில் இருந்த கருப்புப் பலகையில் எழுதிப் போடுவாள். தன் எலும்பு நரம்பு இரத்தம் எல்லாமே அவளுக்கு உரிமைகள் தாம். மக்கள் பெற வேண்டிய உரிமைகள் தாம்.

சிக்கன் எப்படி வாங்குவது என்று மீண்டும் கேட்டாள், ஜெனிஃபர். மயில், ‘இரு வரேன்’, என்று சொன்னவள் ரகுவைத் தன்னுடன் அழைத்துக் கொண்டாள். சற்றுநேரத்தில், ரகு சைக்கிளை மிதிக்க இருவரும் ஆற்றங்கரை மேட்டை நோக்கிச் செல்வது தெரிந்தது. ஒரு மணி நேரம் கழித்து வந்தார்கள். குப்பை மேட்டில் மேயும் மூன்று கோழிகளையும் ஒரு கோழிக்குஞ்சையும் பிடித்துக் கொண்டு வந்திருந்தார்கள். கோழிக்குஞ்சை அப்படியே வீட்டிற்குள் கம்பு தூவி மேயவிட்டுவிட்டு மூன்று கோழிகளையும் நீரில் முக்கி மூர்ச்சையடையச் செய்து, கழுத்தை அரிந்தாள். இறகுகளைப் பிய்த்தெறிந்து விட்டு நெருப்பில் வாட்டி மஞ்சள் பூசினாள். கோழி வாசனைக்கு எழுந்து வந்த மணி, ‘இந்த ஒரு கோழி எனக்கே பத்தாது. பதினைஞ்சி பேருக்கு மூணு கோழியா. போக்கா’, என்று சொல்லிவிட்டு குழாய் நீரைக்கையில் பிடித்து முகத்தில் அடித்தான். இப்படித்தான் பெரிய யானைகளுக்குப் போதுமான உணவு கொடுக்கமுடியாமல் தவித்தாள் மயில். பிறகு தான் இப்படிக் கோழி ஆடு திருடும் வழக்கமெல்லாம் வந்தது. மாட்டுக்கறி சமைப்பதில் அவள் சிறந்தவள் என்றாலும் சுற்றுவட்டாரத்தில் மாட்டுக்கறி விற்கக்கூடாது என்று அங்கிருந்த சாதியினர் தடை

வாங்கியிருந்தனர். மயில் மணியின் வார்த்தைகளுக்கு ஒன்றுமே சொல்லவில்லை. சமைக்கத் தொடங்கினால் பேசவே மாட்டாள். கோழிகளை அழகான துண்டங்களாக அரிந்து மீண்டும் மஞ்சள் தூளையும் உப்பையும் போட்டு நல்லெண்ணையைக் கையில் வாங்கி அவற்றின் மீது சொரிந்து பிரட்டி வைத்தாள். அதற்குள் பேச்சியும் ரகுவும் சின்ன வெங்காயங்களை உரித்து அரிந்து வைத்திருந்தனர். சின்னவெங்காயம் தான் நல்லது. 'எப்பயாவது சிக்கன் சாப்பிடுறோம். நாட்டுக்கோழி. குப்பையில குண்டுமணிய மேஞ்சி வந்ததுங்க. உடம்புல அதோட ரசம் ஏறவேண்டாமா', அவளே அடைமொழி சொல்வாள். நாட்டுத்தக்காளிகள், அவர்கள் தோட்டத்திலேயே விளைந்தவை. ஒரு சிறிய தோட்டம் என்றாலும் உணவு முடை நேரங்களில் அந்தத்தோட்டம் தான் கைகொடுக்கும். அந்தத்தோட்டமே அதற்குத்தான் உருவாக்கப்பட்டது. முதலில் மயிலுக்கு இதில் ஆர்வமில்லை. ஜெனிஃபர் சொல்லியும் மயிலின் மனசில் அதில் நாட்டமில்லை. உலக நடைமுறை விடயங்களில் கவனம் செல்லக்கூடாது என்று சொல்பவள், ஆள் சேரச்சேர எல்லோரின் வயிற்றுக்கும் பொறுப்பானாள். பசி என்று நேரடியாக யாரும் மயிலிடம் சொல்ல மாட்டார்களே அன்றி இவள் கண்டறிந்துவிடுவாள். ஒரு நாள் மறைந்திருந்து இயக்கத்தினர் நான்கு பேர் பேசும் உரையாடலைக் கேட்டுவிட்டாள்.

'சாப்பிடவரியா?'

'என்ன இருக்கப்போவுது. வெறும் பருப்புசாதம். ஊறுகாய். அதுவும் அந்தப்பெட்டிக்கடை பாக்கெட் ஊறுகா. மண்ணெண்ணெயில சமைச்ச மாதிரி இருக்கும்.'

'அதுக்கும் ஆச தான். நம்ம வயித்த நெப்பனும்னு. முடியல. திருடுது, பொய் சொல்லுது, சண்ட போடுது. வேகாத வெயில்ல கீரைய வளக்குது. எல்லாம் நம்ம வயத்துக்குத் தான.'

'அதுக்குத் தான் சொல்றேன், இங்க இருந்து முப்பது கிலோ மீட்டர்ல என் ஆயா இருக்குது. உப்புக்கண்டமும், கருவாடும் எப்பவும் பானை பானையா வச்சிருக்கும். அது பஞ்சம் நெறையா பாத்துருக்காம். பஞ்சக்காலத்துல பிழைச்சி இருந்ததே அந்த உப்புக்கண்டத்தால தான்னு சொல்லும். போய் வாங்கிட்டுவந்தா

ஒரு கை பழையதுக்கு இப்படி ஒரு கடி கடிச்சிக்கலாம். இந்த மொட்டை வெயில்ல நிக்கறதுக்கு கத்துறதுக்கு சில்லுன்னு இருக்கும்ல.'

'விட்டா இவ அவளோட ஆயாவயும் இங்க கூட்டிட்டு வந்துருவா.'

'அக்கா ம்னு சொன்னாப் போதும். கூட்டிட்டு வந்துருவேன். நம்ம எல்லாருடைய வயத்துப்பாட்டையும் என் ஆயா பாத்துக்கும்.'

'சும்மா வாய்க்கு வந்த மாதிரி பேசாத. பதினைஞ்சி பேரு வயிறு சாதாரண விசயம் இல்ல. ஊர்த்தலைவர்க்கிட்ட கேட்டப்ப கொஞ்சம் கூட மனசில்லாமல் புளுத்துப்போன ரேஷன் அரிசிய கொஞ்சம் கூட மனசு இல்லாம கொடுத்து அனுப்புனாரு.'

'பசி இல்லடா அது. ஏதாவது உணக்கையா நாக்கு கேக்குது. வேற என்ன சுகம் இருக்கு இந்த உலகத்துல. ஆத்தா கையால ஒரு மோர் மிளகா கடிச்சிட்டு பழையதக் கரைச்சிக் குடிச்சிப் பாரு. நேரே சொர்க்கத்துக்குத்தான்.'

'செத்துப்போயிட்டோம்னு அர்த்தம் போல.'

கீதா நக்கலாய் சிரித்த எல்லோரையும் பார்த்துப் பொதுவாய் முறைத்தாள். அவர்கள் எல்லோரும் அவளைக் கிண்டல் செய்வதைப் போல உணர்ந்தாள். கீதாவுக்கு நல்ல சாப்பாடு வேண்டாம். விதவிதமான பண்டங்கள் இல்லை. நாக்கின் இருப்பை உணர்த்தும் சில உணவுகள். படியில் உட்கார்ந்து அவர்கள் உரையாடலைக் கேட்டவளுக்குத் துடிக்கத் துடிக்க நெஞ்சத்தில் எதையோ அள்ளிப்போட்டது போல் இருந்தது.

கீதா, மயிலிடம் சொல்லாமலேயே ஆயாவை அழைத்து வந்துவிட்டாள். நடு முற்றத்தில் உட்கார்ந்து கதை சொல்லும் ஆயா. துரிதமாக, அரைகிலோ வெங்காயமோ பூண்டோ உரித்துவிடும் ஆயா, மணக்க மணக்க நாட்டுப்புற வகை உணவுகளைச் சமைத்துப்போடுவாள். கீதாவின் நடவடிக்கைகளில் மாற்றம் வந்தது. என்னவோ தன்னால் தான் அந்த இயக்கமே நடப்பது

போல அதிகார உடல்மொழி கொண்டாள். சில முடிவுகளை மயிலிடம் கேட்காமலேயே செயல்படுத்தினாள். எப்படி ஆயாவைத் திரும்ப அனுப்புவது என்று யோசித்துக்கொண்டிருக்கும்போதே, கீதாவின் அக்கா ஒருத்திக்குப் பிரசவ நாள் நெருங்குவதாய்க் கீதாவின் மாமா வந்து கூட்டிக்கொண்டு சென்றார். கீதா சில நாட்கள் இறுக்கமாய், மௌனமாய் உம்மென்று இருந்தாள். மயில் அவளிடம் உலகெங்கும் இருந்த இயக்க மாதிரிகள் பற்றி அப்பொழுது உரையாடத் தொடங்கினார் . கீதா கொஞ்சம் கொஞ்சமாய் இயல்பான வாழ்விற்குத் திரும்பினாள். முன்னிலும் முனைப்பான களப்பணியாளர் ஆனாள். மயிலிடம் நிறைய உரையாடுவாள், விவாதிப்பாள், சண்டையிடுவாள். ‘நான் உங்கக்கிட்ட முரண்படுறேன். ஆனா இத உங்களுக்காகச் செய்றேன்னு,’முகத்திற்குநேராகவேசொல்லக்கற்றுக்கொண்டாள். புதிய பொலிவும் தெளிவும் தென்பட்டிருந்தது கீதாவிடம். இரண்டாம் கட்ட தலைவராக அவளை உருவாக்கலாம் என்று மயில் அவளைப்பற்றி ஜெனிஃபரிடம் சொல்லி வைத்தாள்.

வாணலியை அடுப்பில் ஏற்றிக் காய்ந்ததும் வெங்காயம், தக்காளி, இஞ்சியும் பூண்டும் நசுக்கிப்போட்டு நல்லஎண்ணெயில் இளஞ்சூடான தீயில் வைத்துப் புரட்டிக்கொண்டே இருப்பாள். வதங்கி வதங்கி எல்லாம் ஒன்றோடு ஒன்றாய் உறவு கொண்டான பின் இறைச்சித் துண்டங்களைப் போடுவாள். தண்ணீரே சேர்க்கமாட்டாள். மஞ்சள் தூள் தூவி அரைத்துவைத்த மசாலா உருண்டையை மேலே போட்டுப் புரட்டிக்கொண்டே இருப்பாள். இறைச்சித்துண்டங்களிலிருந்து இறங்கும் நீர் அந்த மசாலாவுடன் சேர்ந்து கொதிக்கும். ஒரு கட்டத்தில் நீர் இறங்குவது நின்று மணக்கத் தொடங்கும்போது, கொத்துமல்லித்தழைகளைத் தூவி, உப்பைப் போட்டு இறக்கிவிடுவாள். பெரிய மண் சட்டி வைத்திருக்கிறாள். அதில் செய்தால் அடுத்த நாள் காலை, பழைய சோற்றுக்குமசாலாமண்டியைச்சுரண்டித்தொட்டுக்கொள்வதற்கு வைத்துக்கொள்வார்கள். எல்லோரும் சாப்பிடுவதைப் பார்க்கப் பார்க்க மயிலுக்கு நெஞ்செல்லாம் முலைகள் முளைத்துப் பால் சுரக்கும் உணர்வு ஏற்படும். கோழி வதக்கியது தொட்டுக் கொள்வதற்குத்தான். சோற்றில் ஊற்றிக்கொள்ள இதே போல

மெனக்கெட்டுச்செய்த இரசம் இருக்கும். சாப்பிட்டுவிட்டு ஆளுக்கொரு மூலையில் தூங்கும் மதிய வேளை அவர்களுக்குக் கிடைப்பது அரிதினும் அரிது.

பாலாற்றில் மணல் அள்ளுவதைத் தடுக்கும் போராட்டத்தை மயில் மூன்று மாதங்களாகத் திட்டமிட்டிருந்தாள். பாலாற்றின் கரையில் இருக்கும் ஊர்களுக்கு எல்லாம் கூட்டம் கூட்டமாகத் தன் இயக்கத்தினருடன் சென்று வந்தனர் மயிலும் ஜெனிஃபரும் பாலாற்றின் குறுக்கே கொதிக்கும் வெயிலில் நடந்தும் சைக்கிளிலும் சைக்கிளைத் தள்ளியபடி நடந்தும் சில சமயங்களில் திருமுக் கூடலில் குளிக்க வரும் மாட்டு வண்டிகளிலும் பயணித்தனர். மூன்று மாதத் திட்டத்தில் குண்டூசி அளவு கூடப் பின் வாங்கல் இருக்கக்கூடாது என்பதை இயக்கத்தினருக்குப் பாடம் போல புகட்டி வந்திருந்தாள் மயில். பழக்கவழக்கங்கள், உணவு முறைகள் எல்லாவற்றையுமே கடுமையாக மாற்றினாள். காலை ஐந்து மணிக்கே எல்லோரும் எழுந்து கடுமையான ஆசனமுறைகள், கேழ்வரகுக் கூழ் என அவர்கள் எல்லோரின் அன்றாட வாழ்வும் இராணுவ முறை ஒழுக்கத்திற்குள் அடைபட்டன. மயிலும் ஜெனிஃபரும் நெஞ்சுக்கு உரமேற்றும் நிறைய உரைகளை ஒவ்வொரு நாளும் அவர்கள் முன் நிகழ்த்தினர். அவர்களின் நிமிர்ந்த சுண்ணத்தினாலான முதுகெலும்பு இரும்பு கொண்டு நிமிர்ந்தன. அவர்கள் வீட்டை இறுக்கமான அடர்ந்த புகை ஒன்று சூழ்ந்து மண்டியது போல மூச்சுக்கு மூச்சு பாலாற்றினை மீட்கும் போராட்டம் உயிர்பெற்றது. எல்லோருமே பாலாற்றின் வரலாற்றையும் அது இந்தப்பூமியில் தடம் கொண்டிருந்த அரசியலையும் பிட்டுப்பிட்டு வைத்தனர். அந்த அளவிற்குப் பாலாற்றின் பேருருவத்தை மனதில் உரு போட்டிருந்தனர். இந்தக் குறிப்பிட்ட போராட்டத்தின் தலைமை மலர்விழிக்குக் கொடுக்கப்பட்டிருந்தது. என்ன தான் மயிலும் ஜெனிஃபரும் போராட்டத்தை வடிவமைத்தாலும் முன்னெடுத்துச் சென்றாலும், போராட்டத்தின் அன்றைய தினம் தலைமை தாங்குவது, வழி நடத்துவது,களத்தில்முடிவெடுக்கும்வேகம்,அரசு அதிகாரிகளைக் கையாள்வது என எல்லாவற்றிற்கும் மலர்விழியைத் தயார் செய்தாள், மயில்.

மலர்விழி, திருச்சியின் நகர்ப்புறத்திலிருந்து வந்தவள். விவாகரத்து ஆனவள். இரண்டு முறை கருத்தரித்து கணவனின் மோசமான உதையால் கருக்கலைப்பு ஆகி, தன் இரத்தம் ஆறு போல் பாய்வதைக் கண்டு பதைபதைத்தவள். என்ன செய்வது என்று உணரமுடியாத ஒரு நாளில் கும்பகோணம் கோவில் முன் இருந்த குளத்தின் கரையில் மயிலைச் சந்தித்தாள். மயில் அருகிலிருந்த மயிலாடுதுறைக்கு வேறு வேலையாக வருவதாகவும், மலர்விழியை நேரில் சந்திக்கமுடியும் என்றும் கூறினாள். விவாகரத்து முடிவை அவ்வளவு எளிதாக மலர்விழியால் எடுக்கமுடியவில்லை. துணைக்கு யாரேனும் இருந்தால் நன்றாக இருக்கும் என்று தோன்றியது. மயில், மலர்விழியை அழைத்துக் கொண்டு அவள் பெற்றோரைச் சந்தித்தாள். அம்மா தான் அழுதாள். அப்பாவிற்குத் தன் மகள் படும் துயரங்களைக் கேட்கக் கோபம் வந்தது. அதனினும் தங்களிடம் தன் துயர் எதையுமே பகிர்ந்து கொள்ளாமல் இருந்ததை அவரால் சகித்துக் கொள்ளமுடியவில்லை. வெளிறிய தன் மகளின் கையை எடுத்துத் தன் கைகளில் புதைத்துக் கொண்டார். 'அப்புறம் என்னம்மா செய்வ?', என்று அழுது கொண்டே கேட்ட அம்மாவிடம்,

'மயிலு அக்காகூடப் போய் இருந்துக்குறேம்மா. என்னால கண்டிப்பா அவங்களுக்குப் பாரம் இருக்காது. சமூகத்துக்கு ஏதாவது என்னால உபயோகம் இருக்கணும்மா. அன்னைக்கு என் மொத்த இரத்தமும் சாக்கடைக்குப் போச்சும்மா', என்று துணிவுடன் சொல்லிக்கொண்டு வந்தவள் சட்டென்று உடைந்து அழுதுவிட்டாள். மயில் அவள் முடிவை எதிர்பார்க்கவில்லை, மலர்விழி இதைப்பற்றி முன்பே மயிலிடம் பேசிக்கொள்ளவும் இல்லை. ஏற்கெனவே போராளிகளின் எண்ணிக்கையைச் சமாளிக்கமுடியாமல் திணறிக்கொண்டிருந்தாள். மலர்விழியை அழைத்துவந்து வீட்டில் விட்டதும் ஜெனிஃபரின் கண்களில் ஆயிரம் கேள்விப்புருவங்கள். இம்மாதிரியான எதிர்பாராத்தன்மைகளில் முடிவெடுக்கும் முன் தன் பின் மூளையை முடிவெடுக்கும் துணைக்கு அழைத்துக்கொள்வாள். அதாவது, எதையும் சிந்திக்காதே, நதி போல் ஓடு என்பது தான் அது. அப்படித்தான் மலர்விழி உள்ளே வந்தாள். மிகவும் பொறுப்பான, இயக்கத்திற்குத் தன்னைக் குறைந்த காலத்திலேயே தயார் செய்து கொண்ட பெண்.

விவாகரத்தை வேகமாக முடித்துக் கொண்டாள். அதற்குப் பிறகு தன் கடந்த கால வாழ்வு குறித்து அவளுக்கு எந்தக் கண்ணீரும் இல்லை.

போராட்ட நாள் நெருங்க நெருங்க மலர்விழிக்கு அங்கே அதிக அன்பு கிடைத்தது. அவளே அவள் வாழ்க்கையைப் புரட்டிப் போட்டுக் கொண்டாள். மலர்விழி, இந்த இயக்கத்தின் வழியாகத் தனக்குக் கிடைத்த வாய்ப்பை முழுமையாகப் பயன்படுத்திக்கொள்வதில் தீவிரமாக இருந்தாள். ஒவ்வொரு முறை பாலாற்றைக் கடக்கும் போதும், அதன் பாலை மணலில் விழுந்து வணங்குவாள். 'இது நம் தாய்', இது தான் எல்லோருடைய வாசகமாகவும் இருந்தது. கருப்புக் கால்சட்டையும் வெள்ளை மேல்சட்டையும் அணிந்து தெருவில் இறங்குவது, கூட்டம் சேர்ந்ததும் குறிப்பிட்ட பாதை வழியாகச் சாலைகளில் நடந்து கோரிக்கைகளை முழங்கிக் கொண்டே செல்வது, நெடுஞ்சாலைச் சந்திப்பு வந்ததும் சாலையை மறித்து யாரும் எழுந்திருக்காமல் அப்படியே சாலையில் படுத்திருப்பது என்று முன் முடிவு எடுத்திருந்தார்கள். அதற்குப் பிறகு காவல் துறை கண்டிப்பாக கடுமையாக நடந்து கொள்ளும். காற்றெங்கிலும் கோடிக்கணக்கான இலைகளின் படபடப்பு போன்ற ஒரு பதற்றம் நிறைந்திருந்தது. 'அக்கா, நான் எந்த எல்லைக்கும் இந்தப்போராட்டத்துலபோவேன்.உயிரேபோனாலும்பரவால்ல. இந்தப்போராட்டத்துல உயிரக்கொடுக்கிறது தான் பெருமை. நம்ம தாயக் காப்பாத்தத்தான உயிரக்கொடுக்கறோம், என்று சொன்னதும் ஜெனிஃபர் இழுத்து அணைத்துக் கொண்டாள். 'நீ இங்க நுழையும் போது எனக்குக் கொஞ்சம் கவலையா இருந்தது இன்னொருத்தரான்னு. நீ இன்னொருத்தி இல்ல. வெற்றி நமக்குத் தான்', என்றதும் மயில் கண்களில் கண்ணீர் தளும்பியது.

சாலைமறியல் எதிர்பார்த்திருந்ததை விடக் கோரமாக நடந்தேறியது. போலீஸின் தடி ஒன்று மலர்விழியின் தலையில் பட்டு, அந்தப் படுகாயத்தால் அவள் கோமா நிலைக்குச் சென்றாள். ஒரு போலீசுடன் வாதத்திற்குப் போக, அந்தப் போலீஸ் பாலத்தின் சுவர் மீது மயிலைத் தள்ளிவிட மயில் எசகுபிசகாக விழுந்து தன்னைக் காத்துக்கொள்ளக் கையினைத் தரையில் ஊன்ற இடது கை முறிந்திருந்தது. அரசின் தரப்பில் சில முன்னகர்வுகளை, இவர்கள்

இயக்கத்தின் கோரிக்கைகள் சிலவற்றை ஏற்றுக்கொண்டிருந்தாலும் அதற்கு முன் இம்மாதிரியான கடுமையான எதிர்ப்பைப் பதிவு செய்திடுவது என்று அந்தப்பெண் கலெக்டர் முடிவு செய்திருந்தாள். பெரிய வசதியான, பண்ணையார் பின்புலத்திலிருந்து வந்தவள் என்பதை இயக்கத்தினர் எல்லோரும் அறிந்திருந்தனர்.

மயிலின் இடது கை முறிவிற்காகச் சென்ற இடத்தில் அவள் இடது முலையில் உண்டாகியிருக்கும் கட்டியை மருத்துவரிடம் மயில் சொல்ல அதையும் பரிசோதனை செய்ய உத்தரவிட்ட மருத்துவர் அதைப் புற்றுநோய்க் கட்டி என்று ஜெனிஃபரிடம் தெரிவித்தார். ஜெனிஃபர் அதிர்ச்சியடைந்தாலும் அதைக் காட்டிக்கொள்ளவில்லை. இன்னும் மயிலிடம் தெரிவிக்கவில்லை. அவள் மயக்கநிலையில் இருந்தாள். மருத்துவமனையின் பின் உள்ள அரசமரத்தின் கீழ் சென்று நின்று, ஜெனிஃபர் அம்மாவை அழைத்தாள்.

'இன்னைக்குத் தேங்காய எண்ணுனோம். மொத்தம் இரண்டாயிரத்து முன்னூறு. போன வருசத்த விட அதிகம்னு மாமா சொல்றாரு. என்னோட பராமரிப்புத்தான் காரணம்னு சொல்றாரு'.

'ம். அம்மா...'

'என்ன உன் குரல் சரியில்ல. கொஞ்சம் சத்தமா பேசு. காத்தோட சத்தம் தான் அதிகமா இருக்கு'

'அம்மா, மயிலுக்குக் கேன்சராம்மா. என்னால் தாங்க முடியலம்மா,' வெடித்து அழுதாள். அவள் அம்மா ஜெனிஃபர் பேசப்பேச, அழ அழக் கேட்டுக்கொண்டே இருந்தாள். அம்மா முற்றும் அறிந்தவள் போல் பதில் சொன்னாள், 'இங்க பாரு ஜெனி. நீங்க எல்லாரும் போராளிங்க. அப்படித்தான் உங்களைச் சொல்லிக்கிறீங்க. உங்க அளவுக்கு, இரக்கமில்லாத போலீசோட போராடுற துணிவு யாருக்குமே வராது. அதே மாதிரி தான். இதுவும் ஒரு போராட்டம் தான். தன்னோட உடம்புல இருக்கிற நோயோட தினம் தினம் போராடி அத வெல்லணும். மயிலால முடியும். அவ பாக்காத வேதனையா. அவளுக்குத் துணிச்சல்

கொடுக்கவேண்டிய நீயே இப்படிக்கலங்கினா அவ என்ன பண்ணுவா. எங்கிட்ட பேசனும் தோனிச்சி. பேசிட்ட. அவ்வளவு தான். இன்னொரு தடவ இதே மாதிரி கலங்கி நிக்கக்கூடாது', என்று சொன்னதும் ஜெனிஃபருக்கு அவளைச் சுற்றிலும் அடித்து வீசிய காற்று ஆறுதலாகச் சுழன்றது போல இருந்தது. அரச மரத்தின் கீழ் அவள் தனியாக நின்று கொண்டிருப்பதைப் போல உணர்ந்தாள். அவள் மட்டுமே தனியாக நின்று கொண்டிருந்தாள். அவள் கண்ணுக்கெட்டியவரை யாருமே இல்லை. மருத்துவமனை சம்பந்தப்பட்டவர்கள் கூட யாருமே தென்படவில்லை. அந்த மரத்தின் கீழான தன் தனிமையை உணர்ந்தபடியே நீண்ட நேரம் தனியே நின்று கொண்டிருந்தாள். சட்டென்று மலர்விழி கோமா நிலையில் இருப்பதும் நினைவிற்கு வந்து இது வரை இல்லாத ஒரு கழிவிரத்திற்கு ஆளானாள். அரசமரத்தைக் கட்டிப்பிடித்து நின்றபடித் துடித்து அழுதாள்.

போராட்டத்திற்கு முந்தைய இரவில் மயிலின் மடியில் படுத்துக்கொள்ளலாமா என்று மலர்விழி கேட்டதும் கையை அசைத்து மயில் அணைத்துக்கொண்டதும் தன் கண் முன்னே தான் நடந்தது. மலர்விழி எதற்கோ அழுதாள். மயில் எதற்கோ அவள் வழக்கமாகப் பாடும் துன்பம் நேர்கையில் பாட்டைப் பாடினாள். இருவரும் பாடலுக்குப் பின் ஓர் இறகைப் போல கனமில்லாமல் ஆகிவிட்டார்கள். அவர்களிடமிருந்து சிரிப்பும் கிண்டலும் வெடித்துக்கொண்டிருந்தது. மலர்விழி தன்னையே பகடி செய்து பேசுவதில் பெரிய ஆள். அது சிலரிடமே இருக்கும் தனிப்பட்ட குணம். அது தன்னைத் தாழ்த்திக்கொள்வதுமில்லை, தன்னை அவமதிப்பதுமில்லை. ஜெனிஃபர் தான் தலையிட்டு, 'ரெண்டு பேரும் போய்த் தூங்குங்க. இவ்வளவு நேரம் முழிச்சிருந்தா நாளைக்கு உடம்புல எனர்ஜி இருக்காது,' என்று விரட்டினாள். இன்று இரண்டு பேருமே துக்கத்தின் மடியில். 'அய்யோ', என்று ஜெனிஃபரின் இதயம் அரற்றிற்று. ஜெனிஃபரை அங்கும் இங்கும் தேடியலைந்த மணி, ஜெனிஃபர் அந்த அரசமரத்தின் அடியில் இருப்பதைக் கண்டு, 'அக்கா நீயே இப்படிக் கலங்கி நின்னா எப்படி', என்று அவள் கையைப் பிடித்து இழுத்தான். 'போய் மூஞ்சியக் கழுவு. மயிலு அக்கா உன்னைத்தேடுது. உன் மூஞ்ச பாத்தா அது கண்டுபிடிச்சிரும்'. ஜெனிஃபர் எதிரில் அரளித்தோட்டத்தில்

இருந்த குழாயை நோக்கி மெல்ல நடந்து சென்று முகம் கழுவினாள். அங்கே அரளிச்செடிகளுக்கு இடையில் இளங்குளிர் காற்று வீசியது. செவ்வரளிப்பூக்கள் எல்லாம் காற்றில் ஆடி புது முகம் காட்டுவது போல் அசைந்தன. வேறு மனநிலையில் என்றால் இந்தச் செவ்வரளிச் செடிகளை பார்த்து எவ்வளவு நேரமானாலும் ரசித்துக் கொண்டிருந்திருப்பாள்.

‘எங்க போயிட்ட. யப்பா, மூணு மாசமாவது ஆயிடும் சரியாகறதுக்கு. வேற யாருக்கு என்ன ஆச்சு சொல்லேன். மலர் இன்னும் கண்ணத் திறக்கலையா?’

ஜெனிஃபர் தலையசைத்தாள். ‘ரகுவுக்கு முதுகுல நல்ல அடி. கீதாவுக்கும் நல்ல அடி. அவ வீட்டுலதான் இருக்கா. சதீஷை அரெஸ்ட் பண்ணிருக்காங்க. மலரத்தாக்கும்போது இவன் போலீசத் திருப்பி அடிச்சிருக்கான்’.

‘ராஸ்கல்ஸ். மிருகங்க மாதிரி நடந்துக்கிட்டாங்க இன்னைக்கு.’

‘சரி. அது பரவால்ல. உன் உடம்பத்தான் இனி கவனிக்கணும் மயிலு.’

‘இது எல்லாம் ஒரு அடியா. இடது கையா போச்சி. நல்லது. எந்த வேலையும் நிக்காது பாரு. மலர் கண்ணத் திறக்கிற வரைக்கும் எனக்கும் உயிர் இருக்காது ஜெனி.’

‘அது இல்ல. அவ கண்ணு முழிச்சிருவாளாம். ஞாபகமெல்லாம் வரதுக்கு ரெண்டு வாரம் ஆகுமாம். ஆனா...’

ஜெனிஃபர் தயங்கியதில் மயில் தன் கண்களில் நிலைகுத்தி ஜெனிஃபரையே பார்த்தாள். ஒவ்வொரு போராட்டத்திற்கும் பின்பு இருவருக்கும் இடையே இப்படியாகத் துயரம் சுற்றிச் சுழலெடுக்கும் ஒரு கட்டம் நிச்சயமாய் இருக்கும்.

‘என்ன, சொல்லு. மறைக்காத. வேறு யாருக்காவது எதாவது ஆச்சா. மகிழ் எப்படி இருக்கான். சாய்?’

‘அவங்க எல்லாம் நல்லா இருக்காங்க.’

‘சொல்லுடி. ரொம்ப இப்படிப்பண்ணாத. நெஞ்சு வெடிச்சிரும் போல இருக்கு.’

‘உனக்கு ப்ரெஸ்ட் கேன்சர்னு சொல்றாங்க.’

கேட்டதும் மயில், அப்படியே அமைதியில் உறைந்தாள். சில நிமிடங்கள் அங்கே காலம் கொதிநிலையில் இருந்தது போல கானல் அலைபெற்றது.

‘என்ன ஸ்டேஜாம்.’

‘தொடக்க நிலை தானாம்.’

‘அப்புறம் என்ன அறுத்து எறிஞ்சிரலாம். டாக்டரக் கூப்பிடு. பேசுவோம்.’ நிதானமான வேகத்தில் கொஞ்சமும் யோசிக்காமல் சொன்னாள்.

அதைத் தொடர்ந்த மாதங்கள் ஜெனிஃபருக்குக் கடுமையான காலமாக இருந்தது. எதற்கும் அசராத அவள் நெஞ்சுரத்தை எல்லாமே பரிசோதித்ததாக இருந்தது.

ஒரு மாதத்திலேயே மயிலுக்கு ஒரு முலையை நீக்கும் அறுவை சிகிச்சை செய்யப்பட்டது. மயில், கொஞ்ச காலம் சுய உணர்வில்லாதவள் போல இருந்தாள். அவள் பார்வை எங்கேயோ தூரத்தில் நிலைகுத்தி இருந்தது. முலை நீக்கிய பக்கம் மேலே ஒரு துணியைப் போட்டுக்கொண்டு சமாளிக்கத் தொடங்கினாள். ஜெனிஃபர் நினைத்ததை விட வேகமாக குணமானாள். மலர்விழிக்கு இயல்பான வாழ்க்கை என்பதே ஒரு மேகமூட்டம் போல இருந்தது. நடப்பதே கால்பாவாத வெளியில் நடப்பதைப் போல கற்றித்திரிந்து கொண்டிருந்தாள். ஜெனிஃபர் அடிக்கடி சாக்ரடீஸைச் சந்தித்து வழக்குகளைப் பின் தொடர்ந்தாள். இந்த முறை சட்டங்கள் வழியாக, எல்லாவற்றையும் எந்த எல்லைக்குப் போகமுடியுமோ அந்த எல்லைவரை பார்த்துவிடுவது என்று ஜெனிஃபர் முடிவு செய்திருந்தாள். ஒற்றையானாள். மயிலும் மலர்விழியும் முழு குணமடையும் வரை இயங்கிக்கொண்டே இருப்பது என்று முடிவு செய்தாள். இயக்கத்தை இன்னும் வலுவாக்க முடிவு செய்து அன்றாடம் இயக்கப்பயிற்சிகளை முடிவு செய்தாள். ஊரின் ஒதுக்குப்புறத்திலிருந்து ஓட்டப்

பயிற்சி, நடைப்பயிற்சியை எல்லாம் செய்யாமல் ஊரின் மையமான வெளிகளில் எல்லோரின் கண்களும் படும் வெளியில் எல்லோரும் பயிற்சியில் ஈடுபட்டனர். இயக்கத்தின் நோக்கங்களையும் செயல்பாடுகளையும் முறைப்படுத்துவதையும் வெளிப்படையாக்குவதையும் குறிக்கோளாகக் கொண்டிருந்தாள். பொதுமக்கள் எப்பொழுதுமே இயக்கங்களின் மீது கருணை இன்றி நடந்துகொள்வார்கள் என்பதைக் கடந்த போராட்டத்தில் உணர்ந்திருந்தாள். விமர்சனம் செய்வது மட்டுமன்றி அரசைப் போன்ற கண்களையே தன்னுடைய கண்களாகவும் கொண்டிருப்பார்கள். கொஞ்சம் காலம் பிடிக்கும். நாட்பட நாட்படத் தம் கருத்தியலை அவர்கள் அங்கீகரிப்பதற்கு.

மயிலையும் மலர்விழியையும் மருத்துவமனைகளில் தங்க வைக்காமல், தன் பார்வையிலேயே வீட்டிலேயே வைத்துத் தன் மேற்பார்வையில் கவனித்துக் கொண்டாள். மலர்விழியின் உடல் நலத்தில் தீவிரமான முன்னேற்றம் தென்பட்டது. மயிலோ சோம்பிச் சோம்பி உறங்கிக்கொண்டே இருந்தாள். எதுவுமே பேசுவதில்லை. இரண்டு வார்த்தைகளுக்கு மேல் அந்த வாயில் வருவதே இல்லை. எலும்புக்கூடைப் போல ஆகியிருந்தாள். புதிதாக இயக்கத்தில் வந்து சேர்ந்திருக்கும் தமிழினியை அழைத்து, மயிலுக்கு ஒவ்வொரு வேளையும் என்னென்ன உணவு கொடுக்கவேண்டும், உடலில் எடை கூடுவதற்கு என்ன லேகியங்கள், சூப்புகள் கொடுக்கவேண்டும் என்பதையும் அறிவுறுத்தினாள். ஒரு மாதமாயிற்று. மயில், ஜெனிஃபரைப் பார்த்துப் புன்னகைப்பதற்கு. ஜெனிஃபர் ஓடோடிப் போய்க் குளியலறையில் கதவைச் சாத்திக்கொண்டு அழுதாள். 'என்னத் தனியா விட்டுட்டுப் போயிடாதடி மயிலு,' என்று கதறினாள். பின் ஏதும் நடக்காதவளாய் முகத்தைக் கழுவிக் கொண்டு வந்து மயிலுக்கு அன்று தானே தன் கையால் உணவு ஊட்டினாள்.

வீட்டின் சூழல் முற்றிலும் மாறியிருந்தது. கன அமைதி கரு மேகம் போல் அந்த வீட்டின் மீது இறங்கியிருந்தது. பாடல்கள் நீண்ட காலமாய் ஒலிக்கவில்லை. எல்லோர் முகத்திலும் ஒரு நிரந்தரக் கோபமோ, சோகமோ, அமைதியோ உறைந்திருந்தது. மணி வீட்டின் வேலைகளை எல்லாம் முன்பை விடப்பொறுப்பாய் கவனித்துக் கொண்டான். ரகு உடன் இருந்தான். கீதா முற்றிலும்

மாறிப்போயிருந்தாள். கிட்டத்தட்ட மௌனமான ஒரு தலைமைப் பொறுப்பை ஏற்றுச் செயல்படுத்திக்கொண்டிருந்தாள். இரவில் அதிக நேரம் விழித்திருந்து உலகெங்கிலும் போராடிய இயக்கத் தலைவர்கள் பற்றிய நூல்களை வாசித்தாள். உடலுக்கும் அழகுக்கும் உணவுக்கும் கொடுக்கும் மேம்போக்கான அக்கறையை நிறுத்திக்கொண்டாள். சதீஷைப் பிணையில் வெளியே எடுக்கும் பணியை சாக்ரடீஸ் வேகமாய்ச் செய்தார். மயில் அன்றிரவு தூக்கத்தின் நடுவில் விழித்து எழுந்து நடந்து வந்து ஜெனிஃபரை எழுப்பினாள். 'தூக்கம் வரல, ஜெனி. வரியா, மாடிக்குப் போகலாம்,' என்றாள்.

மாடியில் கொஞ்சமாய்க் குளிர்ந்த காற்று. இரவின் இருளாய் இருவரின் உருவமும் கரைந்திருந்தாலும் ஒருவரின் கண்ணொளி இன்னொருவருக்குப் போதுமானதாக இருந்தது.

'நாம அவ்வளவு தானா ஜெனி. எல்லாமே தொடர்பறுந்து மூளைக்குள்ள நூல் நூலாத் தொங்குறது மாதிரி இருக்கு', என்றாள்.

ஜெனிஃபர் மயிலை அணைத்துக்கொண்டாள். 'முன்ன விட அசுரத்தனமா வளந்துருக்கோம். புதுசா நிறைய பேர் சேந்துருக்காங்க. காலையிலயே மைதானத்துல போய் கடும் உடற்பயிற்சி எடுத்துக்கறோம். அந்தக் கலெக்டர் லேடி காலையில வேலைக்கு அந்தப் பக்கமா போறவரைக்கும் பயிற்சியில தான் இருப்போம். தமிழினி இருக்கால்ல. உன்னோட சாப்பாடெல்லாம் பாத்துக்கிறாளே. அவ நல்லா பாட்டு எழுதுறா. பறைய வச்சிப் பாட்டுக் கத்துக்கிறோம். மனச தளந்துராத, மயில். இது நம்மளோட டெஸ்டிங் டைம். பாலாறுக்கான அடுத்த கட்டப் போராட்டத்த இன்னும் அழகா மக்களோட படையா நடத்தலாம். நாம தனிமைப்பட்டு இருக்கோம். அது தான் இந்தப் பின்னடைவுக்கும் நம்ம மேல நடத்தப்பட்ட தாக்குதலுக்கும் காரணம். வெகு சன நீரோட்டத்தோட கலந்துருவோம். நாம ஒன்னும் அரசியல் கட்சி இல்லையே. மக்களோட கலந்து நிப்போம். மக்கள் கையில நம்ம முடிவக்கொடுத்துருவோம். இயக்கம் இப்ப இன்னும் வளந்துருக்கு, மயிலு.'

'அப்ப நான் தான் இயக்கத்துக்கு உதவாக்கரை ஆயிட்டேனா', மயில் உடைந்து அழுதாள். 'யாரு சொன்னா?', கோபமாகிக்

கத்தினாள் ஜெனிஃபர். 'இன்னும் ஒரு மாசம் ஓய்வெடுத்தா பழைய மூர்க்கம் வந்துரும். உனக்கு அப்படியான சாப்பாடும் மருந்தும் தான் பாத்துப் பாத்துக் கொடுக்கறோம். ஒரு ப்ரெஸ்ட் இருக்காது. அதனால என்ன பிரயோசனம். வேணும்னா நான் என்னோட ரெண்டையும் எடுக்கிட்டா அப்பவாவது அதுனால எந்தப்பிரயோசனமும் இல்லன்னு நீ நம்புவியா.'

மயில், 'என் தங்கமே. ஏன் அப்படியெல்லாம் பேசுற'.

ஜெனிஃபர், 'நீ ரொம்ப ஓவராப் போற. பேசாம வந்து தூங்கு. ஒவ்வொரு நாள் நீ தூங்குறதும் உனக்கு பெரிய ஊக்கம்.'

இவர்கள் திரும்ப, பின்னால் மணி நின்று கொண்டிருந்தான். 'போய்த் தூங்குங்க. ஒரு வாரத்துல இருளர்களோட திருவிழா இருக்கு. நாமதான் முன்னால நின்னு எல்லாத்தையும் நடத்தணும்', கனிவாகக் கடிந்து கொண்டான். பேசாமல் மூவரும் கீழே இறங்கி வந்து படுத்துக்கொண்டார்கள். மணியும் மயிலும் உடனே தூங்கிவிட்டதற்கான சன்னமான குறட்டைச் சத்தங்கள் வந்து கொண்டிருந்தன. ஜெனிஃபர் விடியும் வரை உறக்கமின்றிப் புரண்டு புரண்டு படுத்துக் கொண்டிருந்தாள். மயில் இப்பொழுதுக்குப் புற்றுநோயிலிருந்து விடுதலை அடைந்திருந்தாலும், அவள் உடலின் இயல்பான பலவீனமும், இளமை முதலே வறுமையில் உழன்றதாலும், போராட்டங்களில் தொடர்ந்து ஈடுபட்டுச் சரியான உணவு இல்லாத வாழ்க்கை முறை என்பதாலும் இந்தக் கட்டத்தைக் கடந்துவிடுவாளா என்ற சந்தேகம் கவலையாக, வேதனையாக, தனிமையைக் கொடுத்துக்கொண்டிருந்தது ஜெனிஃபருக்கு.

பாலாறு வற்றாமல் பாய்ந்து கொண்டிருக்கிறது. கரை மருங்கில் அத்தனை வகையான மரங்கள். புன்னை, புங்கை, அத்தி, ஆல், அரசு, வாகை, வன்னி, மருதம், மா, வேம்பு, மலை வேம்பு என அத்தனை வகை வளமான மரங்கள். ஜெனிஃபரும் மயிலும் அந்த மரம் ஒவ்வொன்றையும் வியப்புடன் அதிசயித்துப் பார்க்கிறார்கள்.

மயிலுக்குப் பேச்சே வரவில்லை.

ஜெனிஃபர், 'இத்தன வகை மரம் இருந்தத நாம பாத்ததே இல்லை மயிலு. ஆத்துல தண்ணீ இல்லங்குறது மட்டும் தான் நம்ம புத்திக்குத் தெரிஞ்சிது.'

மயில் வியந்து முடிக்கவில்லை. மரங்களின் மேலே ஒன்றையொன்று விரட்டிச் செல்லும் கிளிகளின் இரைச்சல். அவற்றிற்கு மேலே பறவைக்கூட்டங்கள். மரங்கள் பூத்துக் குலுங்குகின்றன. கோடையில் மரங்கள் பூத்துக்குலுங்குவது வழக்கம் தான். ஆற்றில் எப்படி கரை புரண்டோடும் வெள்ளம். வெள்ளத்தின் மீது மிதந்து செல்லும் மரங்களிலில் இருந்து உதிர்ந்த பூக்களின் குவியல். 'நான் நீந்திப் போப்போறேன் அந்தக் கரைக்கு', மயில் சொன்னதும் 'எப்படி. அவ்வளவு பலம் இருக்கா நமக்கு. அதுவும் உனக்கு. வெள்ளம் இழுத்துட்டுப் போற மாதிரி வேகமா இருக்கு.தண்ணீஎப்படிவேகமாபோவுதுபாரு.அடிமண்ணுமரத்த எல்லாம் இழுத்துட்டுப் போறமாதிரி.' ஜெனிஃபர் சொன்னதைக் கேட்கவில்லை மயில். ஜெனிஃபர் பார்த்துக் கொண்டிருக்கும் போதே மயில் நீரில் குதித்துவிட்டாள். உற்சாகமாய், முகத்தில் மகிழ்ச்சியுடன் நீந்தத்தொடங்க, ஜெனிஃபரும் பின்னாலேயே குதித்தாள். நினைத்தது போல அவ்வளவு கடுமையாக இல்லை நீரின் இழுப்பு. எளிதாக, நீர் வெளியில் பறப்பது போலவே இருந்தது. மயில் முன்னே செல்ல, ஜெனிஃபர் பின்னால் நீந்திக் கொண்டிருந்தாள்.

கையை மாறி மாறி வீசுவது உற்சாகத்தையும் இதுவரை எப்பொழுதுமே அனுபவித்திராத மகிழ்ச்சியையும் உடலுக்குக் கொடுத்தது. சற்று நேரத்தில் அவளுக்கு முன்னால் நீந்திக் கொண்டிருந்த மயில் அந்த ஆற்றில் இல்லை, நீர்வெளியில் இல்லை, எங்குமே இல்லை. ஆறு மட்டுமே வேகமாய் எந்தச் சலனமுமின்றிப் பாய்ந்து கொண்டிருந்தது. இப்பொழுது அதன் வெள்ளம் ஜெனிஃபரை இழுக்கத்தொடங்கியது. இந்த வெள்ளம் தான் மயிலை இழுத்துப்போய்விட்டதா. வேகமாக நீச்சல் அடித்தாள். மயில் மயில் என்று கத்தினாள். முகத்தில் வழியும் நீரைத் துடைத்துக்கொண்டே, நீச்சல் அடித்துக்கொண்டே கத்தினாள். பின்னால் திரும்பிப்பார்த்தாள். ஆற்றில் பாதிதூரம் தான் கடந்திருந்தாள். இந்த ஆற்றில் நீர் இல்லாத வேளைகளில் எத்தனை முறை அவர்கள் இருவரும் நடந்து சென்றிருக்கிறார்கள்.

ஆறு ஒன்று இங்கே மீண்டும் உருவெடுக்கும் என்று அவர்கள் இருவரும் நினைத்ததே இல்லை.

‘மயில், மயில்’, என்று கத்திக்கொண்டே இருந்தாள் ஜெனிஃபர். மயில் எழுப்பினாள். ‘நான் இங்க தான் இருக்கேன்’, என்றாள். ஜெனிஃபர் விழித்தெழுந்து பதறினாள்.

மயிலுக்கு ஒன்றும் ஆகவில்லை என்பது அவள் கனவிலிருந்து விடுபட ஏதுவாக இருந்தது. இருளர் விழாவிற்கான திட்டமிடல் கூட்டத்தில் கலந்துகொள்வதற்காக எல்லோரும் கிளம்பிச் சென்றனர். இருளர்கள் கோழி அடித்துக் குழம்பு வைத்து மதிய உணவு தயார் செய்திருந்தனர். முன்பே தெரிவித்திருந்ததால், உணவு நேரத்தில் சரியாக இருளர்களுடன் இயக்கத்தினர் சேர்ந்து விட்டனர்.

அடுத்தக் கட்டப் போராட்டத்தில் இருளர்களின் பங்களிப்பு முழுமையாக இருக்கும் என்று இருளர் சங்கத்தலைவர் சண்முகம், மாலையில் நடந்த கூட்டத்தில் தெரிவித்தார். ஓர் ஏரியை ஒட்டிய மேடு மிகவும் அகண்டதாக இருந்தது. அங்கு தான் கூட்டம் நடத்தினார்கள். மாலையின் காற்றில் அரசமரத்தின் இலைகள் உதிர்ந்து வீழ்ந்து கொண்டே இருந்தது அந்த மாலைக்கு ஒருவித மர்மமான உணர்வைக்கொடுத்தது. ஜெனிஃபர் தன் உரையில் திட்டவட்டமான முன்னெடுப்புகள் குறித்துச் சொல்ல, மக்களிடையே உரையாடலும் தொடர்ந்து நிகழ்ந்தது. மயில் பேசாமலேயே உட்கார்ந்திருந்தாள்.

மழை வருவது போல கருத்த மேகங்கள் உருண்டு வர இருளர்களிடையே பரவசமான குரல்கள் கேட்டன. இறுக்கமான கூட்டத்தின் மனநிலையிலிருந்து விழா மனநிலைக்கு நகர்ந்து கொண்டிருந்தனர். ஜெனிஃபர் கிளம்பலாமா என்று யோசித்துக் கொண்டிருந்தபோது, ‘ஜென்னி அம்மா, சாப்பிட்டுட்டுப் போங்க. சோறு பொங்கச் சொல்லிருக்கேன். கருவாடு கத்திரிக்கா குளம்பு வைக்கச் சொல்லிருக்கேன். இந்நேரத்துக்கு அங்கன போய் என்ன சாப்பிடுவ,’ சண்முகத்தின் மனைவி ராணி கட்டாயப்படுத்தினாள். ராணி, இந்த இயக்கத்தின் தன்மைகளை, தீவிரத்தைப் புரிந்துகொண்டவள். அப்பொழுது வற்றிய ஏரிப்புறமிருந்து காற்று ஒன்று வேகமாக வீச அதைத் தொடர்ந்து கனத்த துளிகள் வானிலிருந்து வீழத் தொடங்கின.

'அரச மரத்துக்கக் கீழ நின்னா நனைஞ்சிருவோம். அங்கன, ஆலமரத்துக்கிட்டப் போவோம், வாங்க,' நனைவதும் காய்வதும் புழுதியில் புரள்வதும் இருளர்களுக்கு வழக்கமானவை தான். மழையைக் கண்டு, கூட்டத்தை உனர்ந்து ராணி மெல்ல ஆடத்தொடங்கினாள். புடவையின் மடிப்பை இடுப்பில் தூக்கிச் செருகிக்கொண்டு, ஒயிலாக ஒருபக்கமாகக் கால்களை அடித்தபடியே காற்றின் வெளியில் தோள்களுக்கு மேலே கைகளை மடக்கியபடித் தூக்கி ஆடத்தொடங்கினாள். அவளே பாடினாள். அப்பொழுது சிரித்தபடியே மரத்தில் ஒதுங்கி நின்ற பெண்கள் சிலர் பாடத்தொடங்கினர்.

ஒரு டிங்கு டாங்கு டிங்கு டாங்கு டிங்கு டாங்கு டிங்கு
டாங்கு டிங்கு டாங்கு டிங்கு டாங்கு டோய்
ஒரு டிங்கு டாங்கு டிங்கு டாங்கு டிங்கு டாங்கு டிங்கு
டாங்கு டிங்கு டாங்கு டிங்கு டாங்கு டோய்
என் ஆசைக்கு நீ
உன் ஆசைக்கு நான்
ஒரு கடல் கரை போகலாம்
காத்து வாங்கலாம்
கதையைப் பேசலாம்
கனவு காணலாம்

தள்ளிக்கிடந்த பழைய இரும்பு உருளையைக் குச்சியால் தட்டி ஓர் இளைஞர் தாளமிட நிறைய பெண்கள் ராணியுடன் சேர்ந்து ஆடத்தொடங்கினர். மழையின் சத்தம், காற்றின் ஒலி, சத்தமாய்ப் பாடவேண்டியிருந்தது. ஆடிக்கொண்டிருந்த ராணி ஓடிவந்து, வேடிக்கை பார்த்துக்கொண்டிருந்த ஜெனிஃபரை ஆட்ட வளையத்திற்குள் இழுத்துச் சென்றாள். 'வேடிக்கையா பாத்துக்கிட்டு இருக்க. இப்படி ஆடு. இடுப்ப இப்படி நொடிச்சி நொடிச்சி அசைஞ்சாலே போதும்.' உண்மையில் இருளர் பெண்களைப் போல எவராலும் அவ்வளவு நேரமும் அப்படியெல்லாம் இடுப்பின் விசை கொண்டு ஆடவே முடியாது. இரத்தத்தில் நாளத்தில் எலும்புகளின் மடிப்பில் எல்லாம் நடனமும் இசையும் நிறைந்திருக்கும். ஜெனிஃபர் ஆடத்தொடங்கவும் இயக்கத்தின் மற்றவர்களும் சேர்ந்து ஆடத்தொடங்கினர். மழை முன்பு பெய்ததைப் போல் கனமாக இல்லையே அன்றிப்

பெண்கள் சிரித்துக் கொண்டிருப்பதைப் போலத் தொடர்ந்து பெய்து கொண்டிருந்தது. இப்பொழுது மயில் மட்டுமே தனியே மரத்தை ஒட்டி நின்று கொண்டிருந்தாள். ஆட்டத்தைப் பார்த்துச் சிரித்துக் கொண்டிருந்தாளே அன்றி எதுவுமே செய்யாமல் நிலைக்கம்பத்தைப் போல மழைச்சாரலில் நனைந்த படியே நின்று கொண்டு இருந்தாள். ஆடிக்கொண்டிருந்த ஜெனிஃபரின் பார்வையும் கவனமும் மயில் மீதே இருந்தது. இருளரோ இயக்கத்தினரோ அவள் அருகில் சென்று அவளை ஆடச்சொல்லிக் கட்டாயப்படுத்தவில்லை. எல்லோருக்கும் அவள் மீது அப்படியானதொரு மரியாதை. எல்லோரும் அவள் உடல்நிலையையும் நன்கு அறிந்திருந்தனர். ஆட்டம் ஒரு நிதானத்திற்கு வந்து தொடர்ந்து கொண்டிருந்ததே அன்றி நிற்பதாய் இல்லை. இருளர்கள் ஆடத்தொடங்கிவிட்டால் முழு இரவும் ஆடுவார்கள். ஜெனிஃபர் எத்தனையோ விழாக்களில் கவனித்திருக்கிறாள். ஆட்டத்தில் இருளருக்கு நிகர் இருளர் தாம். மயில் அப்படி தனித்து நிற்பது ஜெனிஃபருக்கு என்னவோ போல் இருந்தது.

தொடர்ந்து ஒரு கிறக்கத்தில் மூழ்கியது போல இருளர் ஆண்களும் பெண்களும் ஆடிக்கொண்டிருக்க, சிலர் பாடித்தனித்திருக்க சிலர் தாளமிட்டுக் கொண்டிருந்தனர். ஆட்டத்தின் நிதானம் வேகமாய் மழையின் நிதானத்தைப் பிடித்திருந்தது.

மயில் தான் நின்ற இடத்திலிருந்து இரண்டு அடிகள் மெல்ல முன் வைத்தாள். டிங்கு டாங்கு டிங்கு டாங்கு என முணுமுணுத்தாள். மெல்ல ஆடியபடியே வந்து கூட்டத்துடன் தானும் சேர்ந்து கொண்டாள். மயில் அவர்களுடன் சேர்ந்து ஆடத் தொடங்கியதும் கூட்டம் இன்னும் உற்சாகமாய்க் கூச்சலாய்ப் பாடி ஆடித் தொடங்கியது. ஜெனிஃபர் இப்பொழுது தான் ஆட்டத்திற்குத் தன் முழு கவனத்தைக்கொடுத்து ஆடத்தொடங்கினாள்.

–

புயல்

புயல் வீசி ஊரெங்கும் கொந்தளிப்பாக இருந்த ஒரு நாள் அதிகாலையில் தான் மாசி, சுகுமாரன் வீட்டின் கதவைத் தட்டினாள். 'நான் இனிமே இங்கயே இருந்துக்குறேன். புயல் குடிசையத் தூக்கிட்டுப் போயிருச்சி,' என்று சொல்லிவிட்டுப் பதிலுக்கு எதிர்பாராமல் தன்னுடன் கொண்டுவந்திருந்த துணிமூட்டையை உள்ளே எடுத்துச் சென்று அலமாரியில் ஓர் இடம் தேடி அங்கே புடவைகளை மடித்துவைத்தாள். எண்ணி நான்கு புடவைகள், ரவிக்கைகள், பாவாடை இரண்டு. அவ்வளவு தான் அவளிடம். இரண்டு நாள் தீவிர யோசனையில் இருந்த சுகுமாரன், 'ஊர் ஏதாவது சொல்லும்', என்றார். 'சொல்லட்டும்', ஒற்றை வார்த்தையில் முடித்துக்கொண்டு சமைக்கப்போனாள். சுகுமாரனுக்கு வயது *64*. வரும் சித்திரை வந்தால் *65* யைத் தொடுவார். அவருடைய மனைவி சுதாமதி இறந்து பத்து வருடங்கள் ஆகிவிட்டன. அதற்குப் பிறகு அந்த வீடு உண்டு, தான் உண்டு என்று இருக்கிறார். தூரத்தில் கொஞ்சம் நிலம் உண்டு. ஓர் ஏக்கர் உப்பளமும் உண்டு. குத்தகைக்கு விட்டிருந்தார். அந்தப் பெரிய வீடு, சுதாமதியின் அப்பா சுகுமாரனின் நன்னடத்தையையும் பிரியத்தையும் கருத்தில் கொண்டு அவருக்கு எழுதித்தந்தது. சுகுமாரனுடன் ஒட்டுமொத்தத் தலைமுறையும் முடிவிற்கு வருகிறது. அவருக்குக் குழந்தை ஏதும் இல்லை. தன் உழைப்பையும் வருமானத்தையும் படிக்கும் மாணவர்களுக்கும், நீதி கேட்டுப் போராடும் மற்றவர்களின் வழக்குகளுக்கும் பகிர்ந்துகொண்டிருந்தார்.

அந்த வீடு அவர் வாழ்க்கைக்குப் பெரிய வீடு. சில அறைகளை அவர் பயன்படுத்தவே மாட்டார். பூட்டித்தான்

இருக்கும். முந்திரிக்காட்டுக்கும் கழிமுகத்துக்கும் இடையே நெடுஞ்சாலைக்கும் கடலுக்கும் இடையே இருந்த சிறிய கிராமத்தில் இருந்த ஒரே பெரியவீடு சுகுமாரனின் வீடு. 600 சதுர அடிக்கு மேல் இருக்காது. ஒரு மேல்தளமும் இருந்ததால் அது அங்கேயிருந்த ஓட்டுவீடுகளுக்கு இடையே பெரிய வீடாகத் தெரிந்தது. பின் முற்றத்தில் ஒரு கிணறும் சிறிய தோட்டமும் இருந்தாலும் கிணற்றின் உப்பு நீரினால் எந்தப் பயன்பாடும் இல்லாமல் இருந்தது. மேல்தளத்தில் பரந்த ஹால் உண்டு. அங்கே அமர்ந்து அவ்வப்பொழுது புனைவுகள் எழுதுவார். அந்த மேல் தளம் கடலைப்பார்த்து இருக்கும். கடலுக்கும் உப்பளத்திற்கும் இடையில் இருக்கும் சிறிய கிராமம். ஊரில் இருளர் பழங்குடியினர் அதிகம். மாசியும் இருளர் பெண் தான். மாசிக்கு வயது 27. மாசியை நெடுங்காலமாக சுகுமாரனுக்குத் தெரியும். தன் புனைவில் எழுதி எழுதித் தீட்டும் ஒரு பெண் போல மாசி தன் கண் முன் உலவ வந்தாதாகத் தோன்றும் சுகுமாரனுக்கு. இதையெல்லாம் மாசியிடம் பேசமுடியாது. மாசியின் உடலிலும் குரலிலும் அதிகாரத்தொனி இருக்கும். அது அவளுடைய இயல்பு இல்லை. முன்பெல்லாம் மிகவும் கனிவான, அமைதியான குரலில் தான் பேசுவாள். இருளர் மக்களுக்கு அதிகாரம் செய்வது என்பது என்னவென்றே தெரியாது என்பதைச் சுகுமாரன் அப்பழங்குடியினரின் இயற்பண்புகளில் ஒன்றாக அறிந்திருந்தார். பதினேழு வயதில் அவளுக்கு நிகழ்ந்த கொடுமையான அனுபவத்திற்குப் பிறகு மாசி நிறையவே மாறிவிட்டாள்.

அது ஒரு கடும் கோடையான நாள். மாசியின் அப்பா வெள்ளையன், சுந்தரமூர்த்தியின் வீட்டிற்குச் சம்பளம் கேட்டுச் சென்றிருந்த போது அவர்கள் வீட்டுத் தங்க நெக்லசைத் திருடி விட்டதாக சுந்தரமூர்த்தி அருகில் இருக்கும் போலீஸ் ஸ்டேஷனில் சுந்தரமூர்த்தி வழக்குப் பதிவு செய்ய, காவல் துறையினர் வெள்ளையனைத் தேடி வந்தனர். அது இருபது குடிசைகளே இருக்கும் இருளர் குடியிருப்பு. குடிசைகளும் பழம் தென்னை ஓலைகள் வேய்ந்து எப்பொழுது வேண்டுமானலும் காற்றில் பறந்து விடும் என்ற நிலையில் இருப்பன. மாசி தான் குடிசையில் இருந்தாள். வெள்ளையன் வீட்டில் இல்லை என்றதும் வந்திருந்த

மூன்றுபோலீசாரும்மாசியின்கையைப்பிடித்துவலுக்கட்டாயமாக இழுத்தனர். மற்ற இருளர் ஆண்கள் வெள்ளையன் வந்ததும் அவனைக் கூட்டிச் செல்லும்படிச் சொல்லியும், அவர்கள் மாசியைக் குண்டுகட்டாக இழுத்துச் சென்றனர். நேராக அருகில் இருக்கும் முந்திரிக்காட்டிற்குக் கொண்டு சென்று தரையில் போட்டுவிட்டு, இன்னும் மூன்று பேரையும் அழைத்துக் கடுமையாக வல்லுறவு செய்து அங்கேயே போட்டுவிட்டுச் சென்றனர். வெள்ளையன் அடுத்த ஊருக்கு நோயில் கிடந்த தன் தங்கையைப் பார்க்கச் சென்றிருந்தார். திரும்பி வந்து தன் மகள் முகம் வீங்கிக்கிடந்ததைப் பார்த்ததும் சுகுமாரனிடம் ஓடிவந்து கதறினார். அவர் கதறும் போது சத்தமோ பேச்சோ வரவே இல்லை. சில நாட்களுக்கு மாசி, 'ஆம்பிளை வாடை, ஆம்பிளை வாடை,' என்று சொல்லிக்கொண்டே இருந்தாள். வழக்குப்பதிவு செய்த விசாரணையின் போதெல்லாம் சுகுமாரனிடம் மட்டும் சொல்வாள். 'எல்லாம் செஞ்சிட்டு திருட்டு முண்டங்களான்னு சொன்னதத்தான் தாங்கிக்கமுடியல வாத்தியாரே.' சுகுமாரன் அவள் தோளைத் தொடத் தயங்கிப் பின், அழுத்தமாய் அவள் தோளைத் தொட்டுத் தேற்றினார்.

சுகுமாரன் எழுதும் கதைகளில் வரும் பெண்கள் மிகவும் புகழ்பெற்றவர்கள். இந்த மாசியைப் போன்றவர்களே. வலுவான வாழ்க்கையின் சுமையைத் தலையில் சுமப்பவர்கள். ஒற்றைச் சக்கரம் என்றாலும் சமநிலை தவறாமல் ஓடிக்கொண்டே இருப்பார்கள். சுகுமாரன் மாசியின் நிகழ்விற்குப் பின் பல பொழுதுகள் அவர் வீட்டின் மேல்தளத்தில் இருந்து கடலையும் மாறிக்கொண்டே இருக்கும் வானத்தையும் பார்த்துக்கொண்டு அமர்ந்திருக்கிறார். ஒரு பெண் போலீஸ் அன்று மாசிக்கு என்ன நடந்தது என்று விசாரித்து எழுதி வந்ததை வாசித்த சுகுமாரன் தனியே நகர்ந்து அமர்ந்து குலுங்கி குலுங்கி அழுதார். அதை எழுதிய ரைட்டர் பெண்ணுக்கு இது இவ்வளவு வலியைத் தந்திருக்காது. இவையெல்லாம் அவளுக்கும் பழக்கமானதாக இருந்திருக்கும். எவ்வளவு குற்றங்களை இந்தக் காவல் நிலையத்தில் பார்த்தி ருப்பாள். வாசலில் இருக்கும் புளிய மரம் போலவே இவளுக்கும் ஒரு வழக்கமான சம்பவம் தான் பாலியல் குற்றமென்பது. உடலைக் காயப்படுத்துவதை விடப் பெண்ணுக்குப் பெரிய

அவமானமாக எது இருக்கும். தொடர்ந்து தினமும் சுகுமாரனும் மாசியும் அந்தக்காவல் நிலையத்திற்கு நடந்து சென்று, புளிய மரத்தின் கீழே காத்துக்கிடந்து, நீதிமன்றத்திற்கும் சென்று அந்த ஆறு காவல்காரர்களுக்கும் தண்டனை வாங்கிக்கொடுத்தார்கள். ஆயுள் தண்டனை. மேல் முறையீடு செய்து, தம் செல்வாக்கை எல்லாம் பயன்படுத்தி, எட்டே வருடங்களில் அவர்கள் ஆறு பேரும் விடுதலை ஆனார்கள். அந்தக் கயவர்கள் விடுதலை ஆனதைப் பற்றி மாசியும் சுகுமாரனும் ஒருவருக்கொருவர் எதுவும் பேசிக்கொள்ளவில்லை.

சுகுமாரன் வேறு பெண்களுடன் அதற்குப் பிறகு உறவோ நெருக்கமோ கொள்வதில்லை. தன் எழுத்தில் பெண்களைப் படைப்பது ஒரு போதை போல இருந்தது. வித விதமான ஆளுமையுடன் அழகுடன் அவர் எழுத்தில் பெண்கள் உருவாகிக் கொண்டே இருந்தனர். அவ்விதம் அவர் படைத்த பெண்கள் சில இரவுகளில் அவர் அருகே வந்து உட்கார்ந்திருப்பது போலவும், உரையாடுவது போலவும், நெருங்கிப்படுத்திருப்பது போலவும் சிலிர்ப்பான உணர்வுகள் தோன்றும். தூக்கத்தைக் கலைத்து எழுந்து தண்ணீர் குடித்துவிட்டு, மீண்டும் மேல் தளத்தில் நின்று இருட்டிற்குள் கொந்தளித்துக் கொண்டிருக்கும் கடலைப்பார்த்து நின்று விடுவார். அவர் எழுத்தில் உருவாகும் எந்தப்பெண்ணும் வெறுமனே கற்பனை அல்ல. எல்லோரையும் தம் வாழ்வின் கடந்த காலங்களில் எங்கேயோ எதன் நிமித்தமோ சந்தித்து உரையாடியிருப்பார், தொட்டுப் பேசியிருப்பார். அவர்கள் யாரும் அவர் மனவெளியை விட்டு மறைவதே இல்லை. எப்பொழுதும் அவர் சிந்தனை உலகத்தில் நின்று எரியும் விளக்குகள் போலத் துலங்கிக்கொண்டிருப்பதை அவர் எவ்விதமோ தன் எழுத்தில் தன்னகப்படுத்திவிடுகிறார். சமீபமாக அவர் மாசியைப்பற்றித் திரும்பத்திரும்ப எழுத்தில் வடித்துக் கொண்டே இருந்தார். அவளின் திருத்தமான உருவையும் அழகையும் நடத்தையையும் பண்பையும் நுணுக்கமாக எழுதுவதில் கருத்தாக இருந்தார். அதில் ஒரு தீவிரம் அவரின் அன்றாடத்தைப் பற்றியிருந்தது. தேநீர் குடிக்கத் தெருமுனையில் உள்ள கடைக்குக் கூடப் போகாமல் மாசியை எழுதிக்கொண்டே இருந்த தீவிரம் முற்றிய ஒரு நாள் காலையில் தான் மாசி அவர் வீட்டு வாசலில் வந்து நின்று அந்த வீட்டிலேயே வாழத்தொடங்கியிருந்தாள்.

அவருக்குச் சமைப்பது, அவர் உடைகளைத் துவைப்பது, அவர் உப்பளங்களை மேற்பார்வை இட்டு வருவது, வரும் வழியில் சந்தையில் காய்கறிகள் வாங்குவது என்று தன் அன்றாடங்களை வடிவமைத்துக் கொண்டாள். இரவு அவர் எழுதுவதற்கு வசதியாக, ஃப்ளாஸ்கில் தேநீர் போட்டு வைத்து அவர் சூழலில் நேர்த்தியைக் குலைக்காமல் இருந்தாள். இருளர் பெண்களின் நிறம் வசீகரமானவை. கருப்பில் குழைந்த கபில நிறத்தில் மிளிரும் பொலிவுடன் இருப்பர். அவர்கள் முகத்தில் நிறைந்திருக்கும் களைக்கு அந்த அகத்தில் துலங்கும் இருமை இன்மை தான். உள்ளொன்று வைத்து வெளியிலொன்றாய் இயங்காத முகங்களுடையவர்கள். திருட்டோ பொய்யோ சூதோ எதுவுமே அவர்கள் உலகத்தில் பொருளே இல்லை. அவை என்னவென்று கூட அறியாத உலகில் அவர்களின் மனம் காற்றில் பறக்கும் பாலிதீன் போல இருப்பதால் தான் அடிக்கடி காட்டுக்கருவேல முள் புதரில் சிக்கிக்கொண்டு ஒரு பொழுதும் மீளமுடியாத, தம்மைத்தாமே விடுவித்துக்கொள்ள முடியாத வேதனையை அனுபவிக்கின்றனர்.

ஓர் இரவு சுகுமாரன் எதிர்பாராத நிலையில்,சட்டென்று மாசி அவர் அருகில் வந்து கட்டிலில் படுத்துக்கொண்டாள். அவர் மீது கைகளைப்போட்டு அவரை அணைத்துக்கொண்டாள்.சுகுமாரன் உடலெல்லாம் குறுக்கி இறுக்கிக்கொண்டார். சுகுமாரனுக்கு என்னவோ போல் இருந்தது. மாசியின் காமத்தையோ உடல் தேவையையோ தன்னால் எதுவும் செய்யமுடியாது என்ற தயக்கமும், அதையெல்லாம் முன்பே சிந்தித்து வைத்திராததால் உண்டான குழப்பமும் அவரிடம் நிறைந்து இருந்தது. உடல் ஈர்ப்பின் அடிப்படையான சுகமும் சுடரும் காமமும் கரும் இருட்டில் அகல் ஒளி போல அங்கே கசிந்து கொண்டிருந்தது. நீண்ட நேரத்திற்குப் பின், ‘என்ன பிடிக்கலையா’, என்று கேட்டாள் மாசி. சுகுமாரன் அதற்குப் பதில் சொல்லவே இல்லை. இருவரும் ஒருவரிடம் ஒருவர் பேசாத நிலைக்கு வந்து நீண்ட காலம் ஆகிவிட்டது. இது போல் அவளுக்கு உடல் துணை தேவைப்படும் போதெல்லாம் அவரை அணைத்து அவர் மீது தன் கையையும் காலையும் போட்டுத் தூங்கிப்போவாள். நீண்ட இடைவெளிகளுடன் தான் இது நிகழும். எப்பொழுதாவது மறைவில் இருந்து சுகுமாரனையே

பார்த்துக் கொண்டிருப்பாள். கனிந்த முதுமையும் திடமான ஆண்மையும் அவரை வசீகரமான தோற்றம் கொண்டவராக ஆக்கியிருந்தது. யாரோ தன்னை பார்த்துக் கொண்டிருக்கும் உள்ளுணர்வு ஏற்பட்டு, சுகுமாரன் மாசி இருந்த திசை நோக்கித் திரும்பினால், மாசி தன்னை மறைவிற்குள் இழுத்துக்கொள்வாள். அது மாதிரியான சமயங்களில் ஏனோ அதிகமாய்அவளுக்கு வியர்த்துவிடும்.

அவர் கோபப்பட்டு யாருமே பார்த்திருக்கமாட்டார்கள். மாசிக்கு அவர் கோபப்பட்ட தருணங்கள் தெரியும். இரண்டு முறை சத்தமாய் 'மாசி,' என்று மிகச் சத்தமாய் அழைத்திருக்கிறார். ஒரு முறை, அவருடைய மனைவியின் நினைவுநாள் அன்று அவள் புகைப்படத்திற்கு மாலையிட்டு விளக்கேற்றி இருந்தாள் மாசி. சுகுமாரன் அவளைப்பார்த்தப் பார்வையில், 'இதெல்லாம் நீ எதுக்கு செய்யுற,' என்று இருந்தது. வார்த்தைகளாக வரவில்லை. இன்னொரு முறை, கிணற்றை ஒட்டிய துணி உலர்த்தும் கொடியில் ஈரத்துடன் தொங்கிக்கொண்டிருந்த அவளது ரவிக்கையையும் பாவாடையையும் பார்த்துத் தன் தலையில் அடித்துக்கொண்டார். 'மாசி,' என்று கத்தினார். 'இந்தா,' என்று ஆயிரம் ரூபாய் கொடுத்தார். எதற்கு என்று சொல்லவில்லை. அவரது செய்கைகளை வைத்தே அவள் புதிய ரவிக்கை, பாவாடை வாங்குவதற்கு என்று உணர்ந்துகொண்டாள். சொற்கள் அந்த வீட்டில் மெல்ல மெல்ல அழிந்து போய்விட்டன. அவசியப்படவே இல்லை. இருவருக்கும் ஒருவரையொருவர் நன்கு தெரிந்திருந்தது. வழக்கு நடைபெற்ற நாட்களில் தான் மாசி அவருடன் நிறைய பேசியதாய்த் தோன்றியது. இப்பொழுது நினைத்துப்பார்த்தால் அதுவும் கொஞ்சம் வார்த்தைகளே. 'டீ சாப்பிடலாமா?', 'இன்னைக்கு வெள்ளையன் வரலையா?' 'என்ன சாப்பிடலாம்', இது போல் ஏதாவது அவசியம் கருதிப் பேசியது தான். தவிர, இன்று அவர் மௌனமாய் எழுதிக்கொண்டே இருந்தார். அப்பொழுதெல்லாம் அவரது கணினியில் இருந்து சொற்கள் கிளம்பி அந்த வீடுகளிலேயே தங்கி விடும் என்று நினைத்துக்கொள்வாள். எப்பொழுதாவது அவற்றை வாசிக்கலாம் என்று நினைத்தால், அதுவும் அவர் கணினி திறந்திருக்கும்போது, அதுவும் அவர் கவனியாத போது. உயிர் எழுத்தின் சில எழுத்துகளைத்

தாண்டி அவள் அறிந்திருக்கவில்லை. அ, ஆ, இ, உ என்று எழுத்துகள் ஆங்காங்கே எழுத்துகளின் குவியல்களுக்கு இடையே சிதறிக்கிடப்பதைக் காணமுடியும்.

எவ்வளவு காலம் அப்படி ஓடியதோ தெரியவில்லை. இருவரும் காலமற்ற காலத்திற்குள் வாழ்ந்து உறங்கி எழுந்து கொண்டிருந்தனர். எப்பொழுதாவது சுகுமாரன் தன் எழுத்தில் அவர் படைத்த பெண்கள் அவர் உறக்கத்திற்குள் தோன்றி அவரிடம் ஏதாவது பேசினர். மாசிக்குப் பேச்சு அவசியப்படவில்லை. அவர் சூழலில் வாழ்வதிலேயே ஒரு வகையான கிறக்கமும் அழுத்தமும் ஒரு சேர இருந்தது. நீருக்குள் அழுத்தப்பட்ட பந்து போல் ஒரு விதத் திணறலிலேயே நீண்ட காலம் தாக்குப் பிடிப்பதைப் போல இருந்தாள். தெருமுனை டீக்கடைக்காரர், போக வர எப்பொழுதாவது கேட்பார், ‘என்ன மாசி, என்ன விட நல்லா டீ போடக் கத்துக்கிட்டியா. கிழம் இந்தப்பக்கம் வரமாட்டேங்குது’. கிழம் என்ற சொல் தரும் கோபத்தில் ஏதும் பேசாது விலகிச் செல்வாள். மற்றபடி, வெளி உலகம் ஒரு மாயை போலவும், இந்த உலகத்தில் வாழும் இரண்டே மனிதர்கள் சுகுமாரனும் மாசியும் மட்டுமே என்பது போலவே வாழ்க்கையை ஒப்பனை செய்து கொண்டாள். பழைய துக்கம் மறைந்து போயிருந்தது. உடலின் காயமும், பீதி கொண்ட முந்திரிக்காடும் அவள் நினைவுகளை, கனவுகளை ஆட்கொண்டு கொடுங்கனவுகளாக மாறிப்போயிருந்த நாட்கள் எல்லாம் தொலைவிற்குச் சென்றிருந்தன. வெள்ளையன் இறந்தபோது கூட மாசிக்கு அழுகை வரவில்லை.

அது ஒரு கார்த்திகை மாதம். வடகிழக்குப் பருவ மழை தொடங்கியது. கனத்த மழையாகத் தொடர்ந்து மூன்று நாட்களுக்குப் பெய்தது. புயல் வீசி கடல் அலைகளின் சீற்றம் அதிகரித்தது. கடற்கரையை ஒட்டி ஓடும் பக்கிங்காம் கால்வாய் வழியாகக் கடல் நீரும் மழை வெள்ளமும் உள்ளே பாய்ந்து உப்பளங்களில் நிரம்பின. உப்பு விளைச்சல் அவ்வளவு தான் என்று ஊர்மக்கள் கொந்தளித்தனர். பாத்திக்கட்டி வெண் பொன்னாய் அழகு பார்த்திருந்த உப்பளங்கள் வெள்ளத்தால் பொங்கி அழிந்தன. மேல் தளத்தில் நின்று மழையையும் கடலையும் புயலையும் பார்த்துக்கொண்டே இருந்தார் சுகுமாரன். மாசி, தன் அறையில் அமர்ந்து அதன் சிறிய சன்னல் வழியே தெருவைப்

பார்த்துக்கொண்டிருந்தாள். ஊரின் வெள்ளம் ஓடி, தன் வீட்டு வாசல் படிகளில் மூன்றாம் படியைத் தொட்டிருந்தது. இன்னும் இரண்டு படிகள் தான். வீட்டிற்குள்ளும் வெள்ளம் புகுந்துவிடும். சுகுமாரன் மண்வெட்டியை எடுத்து மழையில் நனைந்த படியே, வாயிற்படி வெள்ளத்தை மடைமாற்றிச் சாக்கடைக்குள் திருப்பினார். என்றாலும் கொஞ்சம் தான் வெள்ளம் திசை திரும்பியது. மையச்சாலையின் பெருவெள்ளம் இந்த இடத்தின் வெறுமையை நிரப்ப ஓடிவந்தது. சலிப்புடன் வீட்டிற்குள் வந்து குளித்து உடலைத் துடைத்துவிட்டு மீண்டும் மழையையும் கடலையும் புயலையும் வேடிக்கை பார்க்கத்தொடங்கினார். நான்காம்நாள்மழைநின்றது.உப்பளத்தின்நிலைமையைப்பார்க்கச் சென்ற மாசி, வீட்டிற்குள் வந்ததும் ஓயாமல் வாந்தி எடுத்தாள். மூச்சுத் திணறியது. 'அய்யாவே', என்று வீடு அதிரக் கத்தினாள். மேல் தளத்தில் அமர்ந்து எழுதிக்கொண்டிருந்த சுகுமாரன் பதறி இறங்கினார். அவரிடம் ஏதோ சொல்ல வந்தவள், சொல்லும் முன்னேயே மூச்சடைத்து இறந்து போனாள். சுகுமாரனுக்கு நீண்ட நேரம் ஆனது, நிகழ்ந்ததின் விபரீதம் புரிய, பதறியபடியே தேநீர்க்கடைக்குத் தான் ஓடினார், 'கொஞ்சம் வந்து பாரேன் சுப்பு. அவளுக்கு என்னவோ ஆச்சு', என்றார். எல்லாம் முடிந்து அடுத்த நாள் வீடு வேறு மாதிரியாக இருந்தது. உண்மையாகவே, சுகுமாரன் கண்களுக்கு அவர் படைத்திருந்த திருவனந்தபுரம் ராணி, துறவிக்கிழவி மாயம்மா, பாலியல் தொழிலாளி கங்கம்மா, பிச்சாவரம் காட்டில் திரியும் இருளர் குறிசொல்லி காயாம்பூ, அவள் அமிர்தவர்ஷினி ராகத்தில் பாடினால் மழை பெய்யும் மணிமேகலை எல்லோரும் அந்த வீட்டில் தோன்றி இயங்கிக்கொண்டிருந்தனர். அவர்களிடையே மாசியை மட்டும் காணவில்லை. எவ்வளவு அரற்றியும் காணவில்லை.

நான்கு நாட்கள் வீட்டில் எந்தச் சலனமும் இல்லாமல் இருந்ததை உணர்ந்து டீக்கடைக்காரன் சுப்பு தானே வந்து கதவைத் தட்டினான். முழங்கையால் மோதிச் சன்னல் கதவைத் திறந்தான். குப்பென்று நாற்றம் வீசியது. கதவை உடைத்து உள்ளே புகுந்தனர் ஊர்மக்கள். சுகுமாரன் மருந்தைக் குடித்து இறந்து போயிருந்தார்.

–

இரவுகள்

மாநகரத்திற்குக் குடிபெயர்ந்த பிறகு, இரண்டு முக்கியமான இரவுகள் எனக்கு நிகழ்ந்தன. இரவு என்பது ஒவ்வொரு தனிமனிதனும் தன் பிரபஞ்சத்திற்குள் நுழைவதற்கான தனிவழி. அவரவர் நீள் துயிலின் வழியாகத் தான் இந்தப் பேரண்டத்திற்குள் நுழைய முடியும். அங்கே காலம் என்று ஏதும் இல்லை. காலமற்ற காலம் என்றாலும் புலன்களின் தன்னுணர்வு எல்லாம் மறைய வேண்டும். புலன்களைத் தான் உணர்ந்திருக்கும் நிலையில், புலன்களினூடாக இந்தப் பூவுலகை நுகரும் நிலையில் இந்தப் பேரண்டத்திற்குள் நுழையும் கணவாய் திறப்பதே இல்லை. உறங்குவது போலும் இப்பேரண்டப்பயணம். பேரண்டப்பயணம் நிறைய பெருநிலைகளைத் தானே அறியாத தன் மன உலகின் மர்மங்களை அறிய உதவும். பேரண்டத்திற்குள் மிதந்தலைந்து மின்னும் நீல நட்சத்திரங்களை அருகில் சென்று பொறுக்கி வருவது போன்ற அனுபவமே அது. அப்படிக் கையில் கிடைத்த விண் வெள்ளிகள், உறக்கத்தை வாய்ப்பாகக் கொண்டு நம் மறை அற்புதங்களையோ கண்டறிதல்களையோ நிகழ்த்த உதவும். மீண்டும் அந்த வான் வெள்ளிகளை விண்வெளியிலேயே விட்டு மறைகிறோம். உறக்கத்திற்குள்ளிருந்து விழிக்கிறோம்.

அவன் என் காதலனா என்று அறியாதிருந்த பருவம். அவன் திசை நோக்கி என் இளம்பருவம் வேகமாய் முன்னகர்ந்து கொண்டேயிருந்தது. தீவிரமும் தகிப்பும் என்னைச் சூழ்ந்து கொண்டிருந்தது. எப்பொழுதும் அவன் திசையிலேயே இயங்கிக் கொண்டிருந்தேன். அவனை நோக்கியே நடந்து கொண்டிருந்தேன்,

அல்லது சிந்தித்துக்கொண்டிருந்தேன். அல்லது, புன்னகைத்துக் கொண்டிருந்தேன். மாய உலகின் அத்தனை வலியற்ற தன்மைகளும் என்னை ஆட்கொண்டிருந்தன. எலும்புகளிடையே அறுபடாத மின்சாரம் பாய்ந்து கொண்டிருக்க, நான் துல்லியமான ஓர் இசையை என் நெஞ்சத்திலிருந்து கேட்டுக்கொண்டே இருந்தேன். பெரிய மரங்கள் என் தலையிலிருந்து வான் நோக்கி வளர்ந்து அசைந்தன. பறவைகளின் கூச்சல் அந்த மரங்களுக்கு உயிர் தந்தன. தினமும் ஒரு வண்ணத்தின் திடத்தில் நான் பொலிவுகொண்டிருந்தேன். பகல் இரவு இரண்டிற்கும் இடையே இருந்த பெருஞ்சுவர் தகர்ந்துபோயிருந்தது. நன்றாகச் சமைத்தேன். வயிறு முட்டச் சாப்பிட்டேன். அழகினும் அழகான ஒரு புன்னகையை அணிந்து கொண்டு அவனைத் தேடிச் செல்வேன். அவன் தெரு, நான் வாழ்ந்த தெருவிலிருந்து ஒரு பெரிய நெடுஞ்சாலையையும் ஆறு குறுக்குத் தெருக்களையும் கடந்து ஒரு வாகைமரம் வளைத்துப் போட்டிருக்கும் தெருவை முட்டினால் வலதுபக்கம் மூன்றாவது வீட்டின் முதல் மாடியில் வசித்துவந்தான்.

என் இதழ்களுக்கு இடையே சில முத்தங்கள் துடித்துக் கொண்டிருந்தன. எல்லா முத்தங்களையும் ஒன்றோடொன்று ஊதிப் பெரும் முத்தமாய் ஆக்கிக்கொண்டிருந்தேன். அப்பொழுது முத்தங்கள் எல்லாம் சொல் அளவில் கூடத் தீண்டத்தகாதவையாக இருந்தன. ரகசியமான வெளியில் வளர்க்கக்கூடியவை. பல சமயம் அவை அப்படியே வளர்ந்து கருவேல முட்புதரில் சிக்கி நூல் நூலாய்க் கிழிந்து போகும். எண்ணிக்கையில் அடங்காதவை. என் தலைக்கு மேலே ஒரு வானம் இருந்தது என்பது மட்டுமே நான் அறிந்திருந்தது. கூரையாக, வேலியாக அது என்னை அடைத்திருக்கவில்லை. தேடி அவன் வீட்டின் கதவைத் தட்டும் போது பெரும்பாலும் அவன் அங்கிருக்கமாட்டான். என் இதயத்தில் பிறந்த உள்ளுணர்வின் பேராறு அவன் இதயத்தில் முடிவடைந்திருந்ததால் என் இதயத்தின் பாய்ச்சலையும் அதன் முடிவின் சங்கமத்தையும் அவன் உய்த்துக்கொண்டிருந்தவன் போல, எங்கேயேனும் தன்னை ஒளித்துக் கொள்வான். தன் மறைவிடத்தில் இருந்து அவன் என்னைப் பார்த்துக்கொண்டிருக்கக் கூடும். அடுத்தச் சந்திப்பில், ‘நீ வந்ததைப் பார்த்தேன். கதவைத் தட்டியதையும்.

நீல நிறத்தில், சமுத்திரம் பொங்கியது போன்ற வெண்மை நுரைத்த கரைகட்டிய புடவையை அணிந்திருப்பாய்', என்று ஒன்றுமே அறியாத ஒரு முகத்துடன் சொல்வான். கொஞ்சம் துக்கமாய் இருக்கும். நிறைய காமம் உடலெங்கும் சிந்தும். அள்ளிக்கொள்ள முடியாத அளவிற்கு வெற்று மணலில் வீழ்ந்து ஆவியாகிப்போகும். அன்று இரவு, மணி பன்னிரண்டரையைத் தாண்ட மனதில் புதியதொரு பரவசம். உடலெங்கும் கிளர்ச்சியின் பூக்கள் விரிந்து கொட்டிக்கொண்டே இருக்கின்றன. தூங்க முடியவில்லை. படுக்கையின் விளிம்பில் இருந்து சரிந்து இருளென்பதறியாத ஆழத்தில் வீழ்ந்து கொண்டே இருந்தேன். விரல் முனையில் உதிர்ந்த சொற்களாலும் அவை நிறவடையவில்லை. எழுந்தேன். உடைமாற்றினேன். கதவைத் திறந்து வெளியே வந்து தாழிட்டேன். அவன் திசை நோக்கி நடந்தேன். இருள் முட்டி நின்ற வளர்பிறை காலத்தொடர்ச்சி. வானில் பிறை கீறலாய் இருந்தது. கண்ணிமைப் பிரிகளுடன் உறங்கும் பருவப்பெண்ணின் மதர்ப்பை அப்படியே அடையாளப்படுத்தியது. முதிர்ச்சியுறா என் பருவத்தை அந்த உறக்கமோ நிலவோ தொடவில்லை.

நெடுஞ்சாலையை எட்டியதும் தான் நகரத்தின் இயல்பு நிலை திடமாய் எங்கெங்கும் அமைதியாய் உறைந்திருந்தது தெரிந்தது. கண் முன்னால் ஒரு நாய் கூட ஓடவில்லை. மரங்களின் எந்தக் கிளையும் அசையவில்லை. சாலை மூச்சுவிட மறந்திருந்தது. எங்கிருந்தோ புழுக்கமான வாடை வீசியது. உறங்கும் நகரம் எவ்வளவு அச்சமூட்டுவது, எவ்வளவு கொடூரமானது என்பதை என் உடல் சில்லிட்டுக் காட்டியது. தோளில் தொங்கிய பையை மார்புடன் இறுக்கிக்கொண்டேன். இருபத்தியொரு வயதில் இவ்வளவு படபடப்பினை உணர்ந்ததே இல்லை. அந்த இரவில் அதிகமாய்க் கேட்டச் சத்தம் என் இதயம் இரத்தத்தைச் செலுத்தும் ஒலி தான். கழுத்திலும் மார்பு இடுக்கிலும் வியர்த்தது. வேகமான குறுநடையைக் கால்கள் எடுத்துவைத்தாலும் சாலையில் இழுபட்டதைப் போல் கனமாகி வியர்த்தன. எடுத்து வைத்த காலைப் பின்வைத்து வீட்டிற்குத் திரும்பும் தூரமும் இல்லை. வீடு எங்கோ பின்னால் தூரத்தில் இருந்தது.

சரியாக, நெடுஞ்சாலையின் மத்தியை எட்டும்போது, போலீஸ் வண்டி ஒன்று வேகமாக முன்வந்து நின்றது. அந்தக்காலமும்

போலீஸ் மீது அவ்வளவாக நம்பிக்கை இல்லாத ஒரு காலம் தான். மிரட்டல் தொனியில் தான் கேட்டார். 'இந்த நேரத்தில எங்க போற?' 'என் ஃப்ரெண்டுக்கு மருந்து எடுத்துட்டுப் போறேன்.' 'காட்டு?'

பையிலிருந்து பாட்டிலை எடுத்துக்காட்டினேன். 'இந்த நேரத்துல இவ்வளவு தைரியமா போற. ஏதாவது தப்பு நடந்துதுன்னா. வீட்டில ஆம்பிளைங்க யாரும் இல்லையா', பதிலுக்குக் காத்திராமல் என்னை அங்கேயே விட்டுச்சென்றான். 'இந்தக் காலத்துல பொம்பளைங்க', அவன் குரல் தேய்ந்து கேட்டது. மீண்டும் அங்கே அமைதியும் இரவும் நிறைந்தது. திரும்பிப் பார்த்தேன். வண்டி வெகுதூரம் சென்று சிவப்பு வெளிச்சம் மட்டும் புள்ளியாய்த் தென்பட்டது. ஒரு வெள்ளைப் பூனை குறுக்காக ஓடியது. இருளுக்குள் தன்னைத் திணித்துக்கொண்டு அங்கு நின்று என்னை எட்டிப்பார்த்தது. அதன் கண்கள் டார்ச் அடித்தது. நான் வேகமாக நடந்தேன்.

இரண்டு குறுக்குச் சாலைகளை எப்படியோ கடந்திருந்தேன். மூன்றாவது குறுக்குச்சாலையும் அப்படியே மயான அமைதியில் உறைந்திருந்தது. மரங்களுக்கு மேல் இருள் மூட்டமாய், கிளைகளிலும் தங்கிக்கொண்டிருந்தது. மூன்றாவது குறுக்குச் சாலையின் முடிவிலிருந்து திரும்பும்போது ஒருவன் ஒரு மூலையில் இருந்த குத்துக்கல் மீது அமர்ந்து சிகரெட் பிடித்துக் கொண்டிருந்தான். சிகரெட்டின் நெருப்பு துல்லியமாய் இருட்டில் துலங்கும்படியாக அவ்வளவு இருள் அவனைச் சூழ்ந்திருந்தது. அவனைத் தெளிவாகப் பார்க்கும் தூண்டுதலில் நடந்து கொண்டே அவன் திசையினை உறுத்துப் பார்த்தேன். அவன் இப்பொழுது எழுந்திருந்தான். என்னை நோக்கி அவன் நடப்பது தெரிந்தது. என் இதயமே முழு உடம்புக்கும் ஓடி ஓடித் துடித்ததைப் போல் இருந்தது. வேகமாக நடந்தேன். ஓட்டமும் நடையுமாக மாறினேன். அவன் என்னை நோக்கி நடந்து வந்தான். அங்கும் இங்கும் யாரும் வருகிறார்களா என்று திரும்பிப் பார்த்துக் கொண்டே நடந்தான். அவனுடைய நடையும் வேகமாகி இருந்தது. நான்காவது குறுக்குத் தெருவின் முடிவை எட்டும் வரை என்னிடம் உயிரே இல்லை. இன்னும், இரண்டு குறுக்குத் தெருக்கள். ஐந்தாவது தெருவில்

யாராவது தென்படுவார்கள் என்ற நம்பிக்கை ஏற்பட்டது. அந்தத் தெருவில் சிறிய மருத்துவமனை இருப்பது நினைவிற்கு வந்தது. வேகமாக நடந்தேன். அவன் நடை என் நடையை விட வேகமாகியிருந்ததை உணர்ந்தேன். ஓடத்தொடங்கினேன். ஐந்தாவது தெருவில் ஓர் ஈ கூடப் பறக்கவில்லை. மருத்துவமனை மூடப்பட்டு அதன் முன்னே கையால் எழுதப்பட்ட ஓர் அட்டை தொங்கிக்கொண்டியிருந்தது. கிட்டே வந்திருந்தான். யாரும் வருகிறார்களா என்று சுற்றிப்பார்த்துக் கொண்டே வேக நடை நடக்கிறான். எச்சரிக்கையாக இருக்கிறான். நான் ஓடினேன். புடவை கால்களைக் கட்டுப்படுத்தியது. அவனைச் சந்திக்கையில் புடவைதான் கவிதை. அவன் புடவையை மிகவும் ரசிப்பான். அது ஒரு பெண்ணின் உடலில் ஏறி இறங்கி நழுவி மூடி விலகிப் பறக்கவே அவ்வளவு நீளமாக நெய்யப்பட்டது போல. பாவாடையுடன் புடவையை நன்கு தூக்கிக்கொண்டு ஓடினேன். நான் எவ்வளவு வேகமாக ஓடினேனோ அதை விட வேகமாக ஓடி வந்தான், பின் தொடர்ந்தவன். ஆறாவது குறுக்குச் சாலையின் முடிவில் வாகை மரம் என்னை ஓடி வா ஓடிவா என்று இறைஞ்சிக்கொண்டிருந்தது போல மிகவும் தீவிரத்துடன் நின்று கொண்டிருந்ததைப்போல் இருந்தது. அதனை ஒட்டிய தெரு விளக்குக் கம்பத்தின் ஒளி மரத்தின் மையக்கிளைகளின் ஊடே மஞ்சள் வெளிச்சத்தை வீசிக்கொண்டிருந்தது. ஓட்டத்தில் அந்தத்தெருவில் வளைந்து மூன்றாவது வீட்டின் கேட்டைத் திறந்து தள்ளி மூச்சுவாங்கினேன். எப்படியோ அந்தக் கேட்டைத் திறந்து வைத்திருந்தான். நான் நின்ற இருளில் இருந்து என் பின் தொடர்ந்தவனைப் பார்த்தேன். இங்கும் அங்குமாக சில அடிகள் அந்தத் தெருவில் அலைபாய்ந்தான். பிறகு நான் எங்கிருந்தேனும் வெளிப்படுவேனோ என்று அந்த வாகைமரத்தை நோக்கி நகர்ந்து மறைவில் நின்றான். நான் நின்ற இடத்தில் இருந்து அவனை மிகச்சரியாகப் பார்க்கமுடிந்தது. அடர்ந்த முடி, கூரிய நாசி, தடித்த உதடு. முண்டா பனியன் அணிந்திருந்தான். கைலியும் செருப்பும் மிகவும் பழையதாகி இருந்தன. நான் மெல்ல சத்தம் எழுப்பாமல் ஒவ்வோர் அடியாக வைத்துப்படியில் ஏறினேன்.

இனி அவன் எவ்வளவு முயன்றாலும் என்னைப் பிடிக்க முடியாது. என்றாலும் அவனுக்கு நான் சென்று சேரும் இடம்

தெரியக்கூடாது என்று நினைத்தேன். முதல் தளத்தில் அவன் வீட்டின் கதவைத் தட்டினேன். திறந்தான். 'என்ன இப்ப இந்த நேரத்துல...'

நான் அவனை உள்ளே தள்ளி என் பின்னால் கதவைச் சாத்தினேன்.

நான் என்னவென்று சொல்லத் தொடங்க, சில மூச்சுகள் வரை வாங்கிக்கொள்ளவேண்டியிருந்தது. அதற்குள் அவன் என் வாய் மீது தன் வாயை வைத்துத் தன் முத்தங்களால் என் பதிலை விழுங்கத் தொடங்கியிருந்தான்.

இன்னோர் இரவு. என் அப்பா அறுவை சிகிச்சை முடிந்து மருத்துவமனையில் இருந்த நேரம். நாங்கள் யாருமே பார்க்க அனுமதிக்கப்படவில்லை. கடும்மழைக்காலம். ஐப்பசி மாதம் முடிந்தும் மழை தொடர்ந்து கொண்டிருந்தது. இரவு முழுக்க அம்மா தூங்கவே இல்லை. அப்பா உயிர் பிழைப்பதற்கு ஐம்பது சதவிகித வாய்ப்பே இருக்கிறது என்று சொல்லியிருந்த மருத்துவரின் முகம் என் முகத்தை ஒட்டிப்பெரிதாக விரிந்து கொண்டே இருந்தது. இரவின் கதவை அடைத்துக்கொண்டிருந்தது முகம். அம்மா பிரார்த்தனை போல முணுமுணுத்துக் கொண்டே இருந்தார். என்ன வார்த்தைகள் என்று தெளிவாக இல்லை. மருத்துவமனையின் வாசலைத் திறக்கும் ஆறு மணிக்கு எப்படியும் நுழைந்து அப்பாவைப் பார்த்துவிட முடியும் என்று நம்பினோம். மூன்று மணி வரை நானும் தூங்காமல் புரண்டுப் புரண்டு படுத்துக்கொண்டே இருந்தேன். மூன்று மணிக்கு மேல் என்னால் என்னைக் கட்டுப்படுத்த முடியவில்லை. அன்றைய அலைச்சலும் களைப்பும் என் உடலைச் சாய்த்தன. என் உடல் இந்த ஒரு வாரத்தில் கனமானது போன்ற ஓர் உணர்வு ஏற்பட்டிருந்தது. இரவு இவ்வளவு அமைதியான கனத்துடன் இருந்ததில்லை. ஒவ்வொரு நொடியும், இரவு கண் முன்னால் சத்தமின்றி நடந்து சென்றதைப் பார்க்கமுடிந்தது. அம்மாவைத் தூங்கச் சொல்லிக் கட்டாயப்படுத்திக்கொண்டே இருந்தேன். அம்மா கேட்கவில்லை. தன் கணவர் பிழைத்துவந்தால் என்னென்ன இந்த உலகத்தில் செய்வேன் என்று அவள் மனம் வரைபடம் வரைந்து கொண்டிருந்திருக்க வேண்டும்.

அப்பா, 'என்ன புதுவண்டியா இது,' என்று கேட்கிறார்.

நான் உற்சாகத்துடன் பெருமையாகத் தலையசைக்கிறேன். அப்பொழுது தான் என் நீல நிற வண்டியைச் சுற்றி ஒளி சூழ்ந்து புதியதொரு பொருள் போல் மிளிர்வதைக் காண்கிறேன். அப்பா என் வண்டியை ரசித்ததும் தான் அப்படியான ஓர் ஒளிவட்டம் வண்டியைச் சுற்றி விரிகிறது போலும். அம்மா ஓடிவந்து அப்பாவுடன் கைகோர்த்து நின்று கொள்கிறார். அப்பா, 'நான் ஒரு ரவுண்டு போயிட்டு வரவா?', என்று கேட்கவும், சரி என்று தலையசைக்கிறேன். 'சமைச்சிருக்கேன். ஒரு வாய் சாப்பிட்டுட்டுப் போங்க', என்று அம்மா சொல்வதைக் கேட்காமல், 'சின்ன ரவுண்டு தான்', என்று சொல்லி வண்டியைக் கிளப்பிச் செல்கிறார். அப்பாவைப் பின்பற்றி நான் செல்லவில்லை. ஆனால், அப்பா செல்லும் வழியெல்லாம் அப்பாவைப் பின் தொடர முடிகிறது. அவர் வண்டிக்குப் பின்னால் செல்லும் வண்டியில் உட்கார்ந்து பின் தொடர்வதைப் போல அவரை நன்கு பார்க்கமுடிகிறது. அந்த மருத்துவமனைக்கு முன்னால் இருக்கும் ஒரு மேம்பாலத்தில் அவர் வண்டியை ஏற்றவும் அதன் உச்சியை அவர் அடைந்ததும் வண்டி சாலையிலிருந்து மெல்ல மேலே பறந்து எழுகிறது. இறக்கைகள் முளைத்தது போல, ஆனால் இறக்கைகள் ஏதும் முளைக்காமல். கனமில்லாத அந்த வண்டியில் அவர் அமர்ந்திருக்க வண்டி மேலே செல்வதைப் பார்த்திருக்கும் போதே, அம்மா என்னை எழுப்பினார். 'மணி அஞ்சாயிருச்சி. இப்பக் கிளம்பினாத்தான் சரியா இருக்கும். எந்திரு,' என்றார்.

வேகமாகக் கிளம்பினேன். அம்மா எனக்கு முன்பே கிளம்பி இருந்தார். வண்டியைக் கிளப்பும் போது தான் கவனித்தேன். அம்மாவின் புடவை ஒரு புறத்தில் நன்கு கிழிந்திருந்தது. அதைச் சுட்டிக்காட்டியதும் அம்மாவின் முகத்தில் ஒரு பயமும் எரிச்சலும். உள்ளே சென்று வேறு புடவை மாற்றிக்கொண்டு வந்தார். மருத்துவமனைக்கு முன்பு உள்ள அதே மேம்பாலத்தில் ஏறுகையில் சற்று முன் கண்ட கனவு நினைவிற்கு வந்தது. வண்டியின் முன்பு உள்ள கண்ணாடியில் அம்மாவின் முகம் பார்த்தேன். சூரிய ஒளி கண்ணாடியில் விழுந்து கண் கூசியது. அம்மாவின் முகம் மங்கலாய் ஒளிக்கீற்றாய்த் தெரிந்தது. காம்பவுண்டிற்குள்

நுழையும் போது மெல்ல தூறலெடுத்தது. அம்மாவை ஓரிடத்தில் நிறுத்திவைத்து விட்டு வண்டியை நிறுத்தப்போனேன். தூறலில் நனையாமல் இருக்க, கழுத்தைத் தாழ்த்திப் புடவையை தோள் வழியாகப் போர்த்தி என்னென்னவெல்லாமோ செய்து பார்த்தேன். தூறலுடன் காற்று பலமாக வீசியது. அம்மாவை இறக்கிவிட்டிருந்த இடத்திற்குச் சென்றேன். அம்மா மருத்துவமனை நோக்கி ஓடிக்கொண்டிருந்தார். அம்மா இப்படி ஓடுபவரில்லை. நானும் நனைந்தபடியே ஓடிச்சென்றேன். கால்களில் பற்றிக்கொண்ட பதற்றத்தின் கொடி கால்களைப் பின்னிக்கொண்டு இழுத்து அறுக்கத்தொடங்கியது. அம்மா அதற்குள் அங்கே மருத்துவமனை முன்பிருந்த தாழ்வாரத்திற்குள் நுழைந்திருந்தார். அங்கே அப்பாவிற்குச் சிகிச்சை அளித்த மருத்துவர் நின்று கொண்டிருந்தார். அவர் அம்மாவிடம் ஏதோ சொல்ல அம்மா அங்கேயே தரையில் தன்னிலிருந்தே நழுவி வீழ்வதைப் போல் வீழ்ந்ததை தூரத்திலிருந்தே கண்டேன். ஸ்ட்ரெட்சரில் வெள்ளைத் துணி போர்த்தப்பட்ட உடல் மருத்துவமனை உள்ளே இருந்து வெளியே வந்தது. நான் இப்பொழுது ஓட்டத்தை நிறுத்தி நடக்கத்தொடங்கினேன். மழையில் மொத்தமாய் நனைந்திருந்தேன். இனி நடந்தாலும் ஓடினாலும் எதுவும் மாறப்போவதில்லை.

-

பெருந்திணை

'ஏன் வாசிச்சிக்கிட்டிருந்ததை நிறுத்திட்டீங்க. பியானோ இசைன்னா தான் எனக்கு ரொம்பப் பிடிக்குமே.'

'இன்னைக்குக் கொஞ்சம் பேசிக்கிட்டு இருக்கலாமே.'

'இப்படி நீங்க சொன்னோன்ன ஒரு சுகம் உடம்பெல்லாம் பரவுது.'

'அப்படி சுகம்னா என்னன்னு ஃபோன்ல சொல்லமாட்டீங்கன்னு தான் உங்கள இந்த இடத்துக்கு வரச்சொன்னேன். வழக்கமா நாம சந்திக்கிற இடம்,

யாரோ நாம வெளியேறக் காத்துக்கிட்டு இருக்கிற மாதிரி மாதிரி ஒரு அவசரத்துல இருக்கும் எப்பவும்.'

'என்னைக்காவது உங்கக்கிட்ட நினைக்கிறதையெல்லாம் சொல்லிரணும்னு நெனைப்பேன்.'

'நானும் தான்... ஆனா நீங்க பேசவே மாட்டீங்க. நீங்க வந்துட்டுப் போனதுக்கப்புறம் என்ன பேசினோம்னு யோசிச்சிப்பாத்தா பத்து பன்னிரெண்டு வார்த்தைதாம் பேசியிருப்போம்.'

'சொற்கள் வழியா இல்லாம, இருப்பின் வழியாவே உடம்பு வழியாவே எல்லாமே நடந்துர மாதிரி தோனும். உங்ககூட இருக்கும் போது எப்பவுமே அப்படித்தான்.'

'ம்.'

'பாருங்க. நீங்க பியானோ வாசிக்கிறத நிறுத்திட்டா கடல் அலைச் சத்தம் எப்படிக் கேக்குது, எல்லாத்தையும் ஆக்கிரமிக்கிற மாதிரி.'

'ஆமா, சரோ கதவுகளைத் திறந்து வச்சிட்டான் போல. காத்தும் பலமா வீசுது. வாங்க, அப்படிப்போய் உக்காந்து பேசலாம். இங்க சூரியன் மறையறத நானும் பாத்ததே இல்ல.'

'அடிக்கடி இங்க வருவீங்களா?'

'இல்ல. வந்து மூணு வருசம் ஆச்சு. என் குழந்தைங்களோட ஒரு தடவ விடுமுறைக்கு வந்தேன். என்னைய ரொம்ப மிஸ் பண்றதா சொன்னாங்க. அப்பத்தான், ஏன் அவ்வளவு தள்ளி உக்காரீங்க. பக்கத்துல வாங்க. பக்கத்துலேயே உக்காந்து இருக்கணும் தான இங்க வந்துருக்கோம்.'

'போதுமா?'

'உங்க மூச்சுக்காத்துக் கேக்குது. ரொம்ப வேகமா மூச்சு விடுறீங்க'

'ஆமா. இது, இப்படி உங்க பக்கத்துல நெருக்கமா உக்கார்றது எனக்குப் பழக்கமில்லையே.'

'சொல்லுங்க. காபி சாப்பிடும்போது, என்னென்னவோ பேசனும் சொன்னீங்க.'

'இப்ப எதுவும் பேசவேணாம்னு தோணுது. இப்படி காலகாலமா பக்கத்துலேயே உக்காந்திருந்தா போதும்ணு தோணுது. அப்படியே கட்டிப்பிடிச்சிக் கிடக்கலாம்னு தோணுது.'

'ஆமா. அது இன்னைக்கு ராத்திரிக்கு.'

'அப்படி சட்டுன்னு சொல்லிறாதீங்க. உடம்பு தக தகன்னு உணர்வுல பொங்கிக்காயுது. உங்கக்கைய எடுத்து இப்படி... இப்படி ஒரு முத்தம் மட்டும் இப்பக் கொடுத்துக்குறேனே.'

'தொட்டுப்பாக்குறேனே, ப்ளீஸ். ஆமா கழுத்துப் பக்கத்துல கொஞ்சம். மூச்சும் சூடா வரமாதிரி இருக்கு. இங்க நம்ம கையக் கோத்துக்கலாமா. யாரும் பார்க்கமாட்டாங்க.'

'ரொம்ப நேரமா அமைதியா இருக்கோம். ஏதாவது பேசுங்களேன். அல்லது எதாவது செய்யுங்களேன். இப்ப

என் கையை எடுத்து முத்தம் கொடுத்தது மாதிரி ஏதாவது செய்யுங்களேன்.'

'போதுமா.'

'இப்ப எச்சில் பட்டுச்சே. அது மாதிரியே வேணும் இன்னொரு முத்தம். அப்பா... அப்படிச் சொன்னோன்ன உங்க முகம் எப்படி சிவந்துச்சி தெரியுமா.'

'நாம ரெண்டு பேருமே கருப்பு. எப்படி முகம் சிவக்கும்.'

'ஆனா எனக்குத் தெரிஞ்சிது. குப்புன்னு முகத்தில ஒரு அலை அடிச்சிப் போனாப்புல ஒரு சூடான உணர்ச்சி.'

'எப்ப நாம முதல்ல சந்திச்சோம்னு உங்களுக்கு நினைவு இருக்கா.'

'இல்ல. ஆனா உங்களப்பாத்ததுக்கு அப்புறம் எப்பவுமே உங்க நினைப்பு இருந்துக்கிட்டே இருக்கும். என்னைத் தனியா விட்டுட்டா, குளிக்கும் போது, ஃப்ளைட்ல பறக்கும் போது, கண்ண மூடும்போது, ட்ரெஸ் மாத்தும்போது கட்டாயமா உங்க நினைப்பு வரும். ஏன்னு தெரியல. இந்த ட்ரெஸ்ஸ நான் போட்டா உங்களுக்குப் பிடிக்குமோ பிடிக்காதோன்னு விசித்திரமா தோனும்'

'அப்படியா. டிரெஸ்ஸ நான் அவ்வளவா கவனிச்சது இல்ல. உங்க உதடுகளத்தான் எப்பவும் கவனிச்சிக்கிட்டு இருப்பேன் சந்திக்கும் போதெல்லாம். ஃபோட்டோல, வீடியோவுல, நேர்ல. எப்பவும். ஒரு சிற்பி வடிச்சது மாதிரியே இருக்கும். அவ்வளவு அழகான உதடு. வழக்கமா பெண்களுக்குத்தான் இப்படி உதடுகள் இருக்கணும். உங்களுக்கு உங்க கண்களே இழுக்கும், ஆனா அதவிட உங்க உதடு.'

'ம்ஹூம். இது வர யாருமே இப்படி சொன்னது இல்ல. என் வொஃய்ப் கூடச் சொன்னது இல்லையே.'

'நான் என்னோட விரலால தொட்டுப்பாக்கட்டுமா.'

'ம்'

'அச்சோ எவ்வளவு சில்லுன்னு இருக்கு. என்னைய விரலப்பிடிச்சி உள்ள இழுத்துக்கும் போல.'

‘விட்டா உங்களையே முழுசா உள்ள இழுத்து உங்களக் குடிச்சிருவேன்.’

‘யப்பா. சொல்லும்போதே என்னைய குடிச்சா மாதிரியே ஒரு ஃபீல். உடம்பெல்லாம். பாருங்க. எதுவும் நீங்க சொன்னாலே போதும். சொல்லச்சொல்ல என் உடம்பு ஃபீல் பண்ணும்.’

‘இன்னும் நெருக்கமா வந்து உக்காருங்க. நான் உங்க மேல தோள்ல சாஞ்சிக்கிறேன். எனக்கு ரொம்ப நாள் ஆச இது.’

‘எனக்கு நேத்து ஒரு கனவு வந்துச்சி. அதுல நீங்க உங்க வலது பக்கம் என்னைய தோளோட அணைச்சிக்கிறீங்க. யார் யாரோ அங்க சுத்தியும் கூட்டமா இருக்காங்க. நான் உங்க கழுத்த நெருக்கமா பாக்குறேன். நீங்க ஒரு தடவ நான் உங்களப்பாக்குறேனான்னு பாத்துட்டு அதே புன்னகையோட திரும்பிக்கிறீங்க. ஒரு மாண்டாஜ் நேரம் தான் அந்தக்காட்சி. அதத்தொடர்ந்து நீங்க என் எதிர்ல எனக்குக் கையசைச்சிட்டுப் போறீங்க. அப்ப என் கண்கள உங்களோடவே இழுக்கிற மாதிரி உங்க கண்கள் அப்படி காந்தம் மாதிரி. கண்கள் சிரிச்சிக்கிட்டே இருந்த மாதிரியும் இருந்துச்சி.’

‘ம். ரொம்ப அழகா இருக்கு. எனக்கும் ஒரு கனவு. நீங்க என் இடுப்புக்குக்கீழ உள்ள பகுதி மேலல்லாம் விடாம, தீராம எழுதிக்கிட்டே இருக்கீங்க. மாவுக்கோலம் போல வெள்ளை வெள்ளையா எழுத்துங்க.’

‘நல்லா இருக்கு. ஆனா உங்க கைகள் இப்ப என் மேல என்னென்னவோ செய்யுதே.’

‘ஆமா வயலின் வாசிக்குது. ஹா. இந்திரியம் எல்லாம் எப்பவேணா கொட்டிரும்போல ஒரு மெல்லிய உணர்வு. நான் இப்படி காதலிச்சதே இல்ல. ப்ளீஸ்...என்னைய எப்பவும் உங்க நெஞ்சுல வச்சிக்கிங்களேன்.’

‘ஆஹா...உலகத்திலேயே அதிசயம் எது தெரியுமா?’

‘ஒரு உடம்புக்குள்ளேயிருந்து இன்னொரு உடம்ப உருவாகுறது தான்.’

‘அப்ப என்னைய உங்களுக்கு உள்ள கொண்டு போங்களேன்.’

‘இல்ல. அப்படின்னாலும் உங்களோட சாயலத்தான் எடுத்துக்கமுடியும்.’

‘என்னைய மறுக்குறீங்களா?’

‘இல்ல உங்களோட சாயலோட என்னோட சாயலக்குழைச்சி இன்னொரு விருத்திதான் பண்ணமுடியும்குற அர்த்தத்துல சொன்னேன்.’

‘ஆனா அது நம்ம விரும்புற மாதிரியே இருக்கிறதுல்ல. அது நம்மக்கிட்ட இருந்து வேற இன்னொன்னா.’

‘நான் என்ன நினைக்கிறேன்னா, இந்த நாமத்தான் முழுசா நானும் நீங்களும்.’

‘ஓ. அப்படிச் சொல்றீங்க. முழூக்க முழூக்க இந்த ரெண்டுபேராவே நாம இருந்துக்கலாம். நம்மளோட இன்னொரு பிரதிய எதிர்பாக்கிறதவிட.’

‘எந்தத் தடையும் இல்லாம, இன்னொரு பிரதியாவும் இல்லாம நம்மளோட பிம்பத்த ஒருத்தர்கிட்ட ஒருத்தர் இங்கக் காட்டமுடியுமான்னு பாக்கலாம்.’

‘என்னால முடியுமான்னு தெரியல. என்னோட அசல எங்கேயோ விட்டுட்டு வந்த மாதிரியே இருக்கும். என் வொஃய்ப் அடிக்கடி சொல்வா, ‘அன்னைக்குப் பாத்தவன் நீ இல்ல. ஐ லாஸ்ட் ஆல் த எமோஷன்ஸ் ஃபார் யூ’,ன்னு சொல்லிக்கிட்டே இருப்பா. நானும் அத நம்பத்தொடங்கிட்டேன்.’

‘அப்ப இது தான் அசல்னு நான் நினைச்சிக்கிறேன். அசலத் தொலைச்சிட்டோமோன்னு தன்னைத்தானே கேட்டுக்குறது தான அசலா இருக்கமுடியும்.’

‘ஒரு சமாளிப்பு தான்.’

‘இருக்கட்டும். இப்ப இண்டெலெக்சுவலா ரொம்ப யோசிக்க வேணாம். எமோஷனலா எதையாவது உணரமுடியுமான்னு பாக்கலாம்.’

‘ஆமா... திரும்ப சந்திக்க முடியுமான்னு தெரியல.’

‘அப்படிச் சொல்லாதீங்க. என்னோட இதயமே வெடிச்சிரும். என்னைக்காவது சந்திச்சிருவோம்னு யுகம் யுகமா ஓவ்வொரு

பிறப்பும் காத்திருக்கலாம். இனி சந்திக்கவே முடியாதுன்னு ஒரு நொடி கூட பிரிஞ்சிருக்க முடியாது. இந்த நினைப்புல தான் நான் உங்கக்கிட்ட இடைவெளி இல்லாமல் எனக்கு நானேயும் பேசிக்கிட்டே இருப்பேன் எப்பவும்.'

'என்ன பேசினீங்க.'

'அதுவா. நீங்க ஏன் வந்து இன்னைக்கு என்னைய கூப்பிடக்கூடாது. இன்னைக்குச் சூரியன பாத்தீங்களா. அடைபட்டுக்கிடக்கிற இந்த நாட்கள்ல சூரியனோட புதிய ஒளி எவ்வளவு தூய்மையா இருக்கு. ஒரு சூரிய ஒளி தான் என்னைய தொட்டு எழுப்புறமாதிரி தோணும். அலாரம் வைக்கமாட்டேன். ஆனா சரியா 5.55 க்கு எழுந்துருவேன். சூரிய உதயத்தோட நேரம் 5.57. எழுந்து போய், மாமரத்துக்கிளைகள் வழியா ஏறி வர சூரியன பாப்பேன். நீங்க இப்ப என்ன செஞ்சிக்கிட்டு இருப்பீங்க. அந்தச் சூரியன கடந்து போற பறவைய பாத்துக்கிட்டு இருப்பீங்களா. ஒரே ஒரு வாய்ப்பு. உங்க உடல ஆக்கிரமிக்கிற வாய்ப்பு மட்டும் கிடைச்சா போதும். ஓடி உங்க எலும்புகளுக்குள்ள எல்லாம் பூந்து சந்துபொந்தெல்லாம் அடைச்சிக்கலாம். அப்புறம் எந்தப்பொண்ணு உங்களத் தொட்டாலும் ஒரு அதிர்வு மாதிரி என்னோட இருப்பு தான் உங்கள உலுக்கணும். அப்புறம் என்னைக்காவது எண்ணிக்கையே இல்லாம தீராத முத்தமா உடம்பு முழுக்கப் புரட்டிப் புரட்டிக் கொடுக்கனும். அப்ப நீங்க கண்ண மூடி இருக்கணும். அப்புறம் உங்க கண்ணுக்குள்ள என்னைய தேடணும். ரொம்ப நேரம் பக்கத்துல உங்காந்து கண்ணுக்குள்ள தொலை தூரம் போகணும்.'

'புரியல.'

'பரவால்ல. இங்க வாங்க...'

'யப்பா. எவ்வளவு நீள முத்தம். உதடு வறண்டு போச்சி. ம்.'

'அப்ப, இன்னொரு முத்தம் கொடுக்கலாம். தாகம் தீந்துரும்.'

'எனக்கு மூச்சு வாங்குது. கிறக்கமா இருக்கு. ஒரு போதை மாதிரி. மயக்கமா என்னென்னவோ செய்யணும் போல இருக்கு.'

'பேசிக்கிட்டே ரொம்ப தூரம் வந்துட்டோம். கடலுக்குள்ள எதுவுமே தெரியல பாருங்க.'

'கால தொடற அலை ரொம்ப வெப்பமா இருக்கு இன்னும். இந்த நாளோட வெப்பத்த சுமந்துக்கிட்டு இருக்கிற மாதிரி.'

'உங்களத் தூக்கிப் பாக்கட்டுமா?'

'நெசமாவா.'

'ஆமா...தூக்கமுடியுதான்னு பாக்குறேன்.'

'ம். சரி. இருங்க, புடவையைச் சுருட்டி இடுப்புல செருகிக்கிறேன். இப்ப.'

'ம். யம்மாடி. என்னைய விட வெயிட் அதிகம் போல நீங்க. சிரிக்காதீங்க. ப்ளீஸ். எனக்கும் சிரிப்பு வருது. கீழ போட்டுருவேன். அய்யோ சிரிக்காதீங்க. பின்னாடி உடம்ப வளைக்காதீங்க. அய்யோ. சொன்னேனில்ல.'

'அதுக்குன்னு இப்படியா. தெப்பலா நனைஞ்சிட்டேன் பாருங்க. புடவை மொத்தமும் நனைஞ்சிருச்சி.'

'பரவால்ல. குடுங்க. உங்கப் புடவையை மட்டும் உறிஞ்சி எடுத்துக்குறேன். ஈரத்தோட இருக்காதீங்க. சளி புடிச்சிரும்.'

'புடவைய உறிஞ்சிறது உண்மையிலேயே என் மேல உள்ள அக்கறை மாதிரி தெரியல.'

'நம்ம மேல உள்ள அக்கறைன்னு வச்சிக்கலாம்.'

'மூச்சு முட்டுது.'

'யப்பா எவ்வளவு அழகா இருக்கீங்க. எடுப்பான முலை. எடுப்பான இடுப்பு. இதையா புடவைய சுத்தி மறைச்சிக்கிட்டு இருந்தீங்க.'

'புடவைய குடுங்க. வெக்கமா இருக்கு.'

'இருக்கட்டும். உங்க வெக்கம் எனக்கு வேணும்.'

'அச்சோ. உங்க மேல சாஞ்சிக்கிறேனே. என்னால முடியல.'

'என் மேல சாஞ்சிக்கிட்டா வெக்கம் போயிரும், ஈரம் காஞ்சிப் போற மாதிரி. இப்படியே நடந்து வாங்க. ரூமுக்குப் போயிரலாம்'

'உள்ள வாங்க. கதவ சாத்திரலாம்.'

–

ஆலமரம்

கிராமமே அடங்கியிருந்தது. மாலை சூரியன் மறையவே பறவைகள் சென்று கூட்டிற்குள் அடைந்துகொள்வது போல் மக்கள் எல்லோரும் எங்கேயோ சென்று மறைந்துவிடுவார்கள். முன்பு இப்படி இல்லை. மின்சாரமும் போக்குவரத்து வசதியும் இல்லாத ஊர் தான். மலையின் அடிவாரத்தில் இருப்பதாலும் வனத்தை ஒட்டிய கிராமம் என்பதாலும் பெரும்பாலும் பழங்குடிகள் என்பதாலும் இந்தக்கிராமத்திற்கு வாழ்க்கைக்கான வசதிகள் அவசியமில்லை என்று அரசு நினைத்திருக்கலாம். அந்த வனத்துறை அதிகாரி செல்வம் எப்பொழுது மக்கள் வசதி கேட்டுக் கடிதம் எழுதினாலும் 'ஆதிவாசிகள் என்றால் காட்டுமிராண்டிகள் என்று தான் அர்த்தம்', என்று சொல்லி அனுப்பிவிடுவார்.

மலையை ஒட்டிய அடிவாரத்தில் அரை வட்டமாகச் சுற்றிவந்து பாயும் சிறிய ஆறு மலையையும் கிராமத்தையும் கைகட்டி இணைத்தது. அந்த ஆற்றிற்கு ஆண்கள் குளிக்க வருவார்கள். ஊரில் உள்ள பெருங்கிணற்றிலேயே பெண்கள் குளித்து அதன் அருகினில் சுற்றிலும் கிடக்கும் கற்மேடைகளில் துணிகளைத் துவைத்து கொள்வர். கூலி வேலைக்கும் விவசாய வேலைக்குச் சென்று திரும்பும் ஆண்கள், மலைக்குச் சென்று விறகு சுமந்து வரும் பெண்கள் எல்லோருமே மாலையில் தான் குளிப்பார்கள். அந்த மாலை நேரத்தில் ஆண்கள் எல்லோரும் ஆற்றின் கரையை ஒட்டிய பகுதிக்கு நகர்ந்துவிடுவதால், பெண்கள் எந்த எச்சரிக்கை உணர்வும் இல்லாமல் கிணற்றுக்கடியில்

குளிப்பார்கள். மூன்று மணிக்குத் தொடங்கினால், ஒவ்வொரு பெண்ணாகவந்துசேர்ந்துபுடவையை நீக்கிவிட்டு,பாவாடையை மார்பு வரை உயர்த்திக்கட்டி, ரவிக்கையையும் அவிழ்த்துப் பழைய துணிகளைக் கிணற்றிலிருந்து இறைத்த நீரில் முக்கி, துவைக்கத் தொடங்கினால் அனைத்து வீட்டு அந்தரங்களும் பகிரங்கமாகும். கணவனுக்கு முந்தைய இரவு உறவை மறுத்தது வரையிலும் கூடச் சொல்லிச் சிரிக்கும் விடயமாகிவிடும்.

அன்று மாலை காயாம்பூ தன்னுடைய துணி மூட்டையுடன் வந்து அன்புமணி வீட்டின் கதவைத் தட்டினாள். அச்சத்துடன் தான் எட்டிப்பார்த்தாள் அன்புமணி. ஐம்பது வயது திடமான தேகமும் கூர்மையான கண்களும் என அந்தப்பெண் கண்டிப்பாய் நகர்ப்புறப் பெண் போல, படித்த பெண் போலத்தான் இருந்தாள். ‘என்னம்மா வேணும். வழிமாறி வந்துட்டீங்களா’, என்று கேட்க, ‘இல்லம்மா. இங்கத்தான் தங்கணும். எனக்குச் சொந்தமெல்லாம் இல்ல. இந்த ஊருன்னா காடு கழனின்னு பிழைச்சுக்கலாம்னு அரூர்ல இருக்கிற எங்க அக்கா சொன்னா. அதான்’.

அன்பு மணி, தண்ணீர் கொடுத்தாள். இரண்டு வீடு தாண்டி தான் ஊர்த்தலைவர் அதியமான் வீடு. அவரிடம் அழைத்துச் சென்றாள். ‘பேரென்னம்மா. என்னவோ சொன்னீங்களே.’

‘நீ கேக்கவே இல்லம்மா. என் பேரு, காயாம்பூ.’

‘நல்லாருக்கு.’

அதியமான், ‘யம்மா ஊரப்பத்தித் தெரியுமில்ல. சனமெல்லாம் ரொம்ப மன வேதனையில இருக்கு. இப்பப்போய் பொழைப்பத்தேடி இங்க வந்திருக்கியே.’

அன்புமணி,‘அப்பா,இதென்ன.நம்மூர்லநமக்குஉண்டானது இந்த அம்மாவுக்கும். ஐம்பது வயசு இருக்கும் இந்த நேரத்தில போய் ஊரவிட்டுத் துரத்தினா எங்க போகும். நம்ம அய்யப்பன் மாமா குடிசைய சும்மா பூட்டித்தான போட்டிருக்கோம். அவரு வர மட்டும் இந்த அம்மா இருக்கட்டும்.’

‘எல்லாம் சரி. வருமானத்துக்கு என்ன பண்ணுமாம்.’

காயாம்பூ எதுவுமே பேசவில்லை. அவள் கண்கள் ஊரை ஒவ்வோர் இடமாகத் துல்லியமாக வாசித்துக் கொண்டிருந்தது. ஊர் முழுக்க மரங்கள். செழிப்பாக இருந்த ஊர். அதான் எல்லோருக்கும் கண்களை உறுத்தியிருக்கும். அன்புமணியே காயாம்பூவிற்காகப் பேசினாள். 'அவங்களா சம்பாதிச்சி சாப்பிடுற வரைக்கும் என் வூட்டுலயே சாப்பிட்டுக்கட்டும்'.

அப்பொழுது தான் அதியமான் காயாம்பூவின் இடுப்பில் செருகப்பட்ட அரிவாளை கவனித்தார். அன்புமணியும் காயாம்பூவும் அதைக் கவனித்தது போல, 'களை பிடுங்குவேங்க. விவசாய நிலத்துல களைபிடுங்குறதுக்கு நல்ல கூலி கிடைக்கும். ஒவ்வொரு கதிரையும் பொண்ணப்போல பாத்துக்கணும்னா களை இருக்கக்கூடாதுல்லங்க'. காயாம்பூவின் முகத்தில் இருந்த களைப்பைப் பார்த்து, 'ஏம்மா கொஞ்சம் மோர் கொண்டுவாம்மா". உள்ளேயிருந்து அவருடைய மனைவி வந்து கொடுக்க, காயாம்பூ பொதுவாகப் புன்னகைத்துக் கொண்டாள். ஏதோ அவர்கள் தயவில் அங்கு இருக்க வந்தவள் போன்ற உணர்வு கொஞ்சமும் காயாம்பூவிடம் இல்லை. அன்புமணிக்கு காயாம்பூவின் திடமும் நடத்தையும் ஈர்த்தன.

அய்யப்பன் குடிசையைத் திறந்து கதவு சன்னல்களை அகலத்திறந்தாள். தூசி பறந்தது. நன்றாகப் பெருக்கி விட்டு தூசி அடங்க நீர் தெளித்துவிட்டுத்தான் காயாம்பூவை உள்ளே விட்டாள். 'வயசான காலத்துல உடம்புக்கு ஏதும் வந்துட்டா தனியா இருந்து சிரமப்படனும்ல.' அன்புமணி காயாம்பூவிற்கு எங்கெங்கு என்னென்ன கிடைக்கும் என்ற விவரத்தைச் சொன்னாள். மாலையிருள் கூடி வந்தது. காயாம்பூவைத் தனியே விட்டு, அன்புமணி தன் வீட்டிற்குச் சென்றாள்.

காயாம்பூ ஊரில் எல்லோரின் பெயரையும் குடும்ப வரலாறு உட்பட அறிந்து கொண்டு தான் வந்திருந்தாள். அவள் இங்கே கொஞ்ச காலத்திற்கு நடிக்கவேண்டும். இவர்களில் ஒருவராக மாறவேண்டும். ஒரு பெரிய திட்டத்தை இவள் வழியாகச் செயல்படுத்தக் கட்சித்தலைவர் வெள்ளையன் ஆணையிட்டிருந்தார். எல்லாவற்றையும் கனக்கச்சிதமாக

முடித்துவிட்டு வந்த வழியே தடம்தெரியாமல் வெளியேற வேண்டும். காயாம்பூ திருமணம் செய்துகொள்ளவில்லை. இருபது வயதிலேயே கட்சியில் சேர்ந்துவிட்டாள். கொஞ்சம் மறைமுகமான கட்சி தான். சில போராட்டங்களை வெளிப்படையாகச் செய்வார்கள். தீவிரமாகப் போராடிச் சிறைபட்டு பல ஆண்டுகள் சிறை செல்வார்கள். சில நடவடிக்கைகளை மறைமுகமாகச் செய்வார்கள். அரசு செய்வதில்லையா. அரசு செய்யும் எவ்வளவு செயல்பாடுகள் மக்களுக்கு உண்மையான வடிவில் தெரியப்படுத்தப்படுகின்றன. இவர்கள் கட்சியிலிருந்து சிறை சென்றவர்கள் போராட்ட உத்திகளை வடிவமைப்பவர்களாக இருப்பார்கள். சிறை சென்ற காலத்தில் எந்த நிமிடத்தையும் வீணாக்காமல்,நூல்களை எழுதுவார்கள். சொந்தப்பெயர்களிலும் புனைப் பெயர்களிலும் எழுதியதை நூல்களாக வெளியிடுவார்கள். சில சமயங்களில் நன்கு விவர ஞானம் கொண்ட வழக்கறிஞர்களை வைத்து வெளியே கொண்டு வந்து விடுவார்கள். மறைமுகமான போராட்டங்களில் ஈடுபடுபவர்களின் வாழ்க்கை காயாம்பூவைப் போன்றது. பின்னணியில் இவரைச் சார்ந்து யாரும் இருக்க மாட்டார்கள். உயிரே போனாலும் செய்ய முடிவெடுத்ததைச் செய்துவிடுவார்கள். தற்கொலைப்படையை விடத் தீவிரமான இயக்கவடிவம். எந்நிலையிலும் தற்கொலை எண்ணமெல்லாம் தலைதூக்காது. தற்கொலை செய்து கொள்வதால் யாது பயன். தன் திட்டத்தை நிறைவேற்ற முடியாமல் போனால், சூழலிலிருந்து தப்பித்து விடைபெறலாம். பொதுமக்களே அப்படித்தானே சூழல்களிலிருந்து தப்பித்துத் தப்பித்து வாழ்கிறார்களே அன்றி மாற்றத்தைக் கொண்டுவரமுடியவில்லையே. காயாம்பூ திட்டத்தை நிறைவேற்றும் உறுதியான முடிவோடு வந்திருந்தாள்.

காலையில் ஐந்து மணிக்கு ஊரில் எவரும் எழுந்திருக்கும் முன் எழுந்து விடுவாள். ஊரின் முதல் சூரிய ஒளியை ஒவ்வொரு நாளும் அறிந்திருப்பாள். அரை மணி நேரம் தியானம் செய்வாள். அரியவகை பௌத்த தியானத்தைக் கற்றிருந்தாள். உள்ளுணர்வையும் முடிவெடுக்கும் ஆற்றலையும் கொடுக்கக் கூடிய மனக்குவிப்பு ஒழுக்கமுறை. அரைமணி நேரம் கடும் உடற்பயிற்சி. எந்த நேரத்திலும் உடலோ உடலின் வயதோ சுமையாக ஆகாதபடிக்கு அதைக் கையாளத் தெரியவேண்டும்.

தானே சமைத்து உண்ணுதல். சமையல் பணி தன் திட்டத்திற்கு இடையூறாக இருந்தால் ஹோட்டலில் அல்லது உணவுக்கு வெளியே ஏற்பாடு செய்து கொள்ளலாம். அன்புமணி முந்தைய நாள் சொன்னபடி, காலை உணவைச் சமைத்து எடுத்து வந்தாள். 'சாப்பிட்டுட்டு இருங்க. ரெண்டு மூணு இடத்துக்குப் போய் வேலை இருக்கான்னு பாக்கலாம். உங்களுக்கு ஒரு வழி உண்டாக்கிட்டா எனக்கு நிம்மதியாகிடும்'. பெரிய பெண்ணைப்போலவும் அதைப் பெரியபொறுப்பைப் போலவும் உணர்ந்து சொன்னது காயாம்பூவுக்கு அவள் மீது கனிவைக் கொணர்ந்தது.

அன்று முழுக்க இருவருமாக அலைந்தார்கள். இரண்டு ஏக்கர் நிலத்தில் நெல் போட்டிருந்த பெருமாள், காயாம்பூவுக்கு வேலை தருவதாக ஒத்துக்கொண்டார். அன்புமணியிடம் ஒதுங்கி நின்று விசாரித்துக்கொண்டார். 'முகத்துல ரொம்ப விவரமான பொம்பள மாதிரி தெரியுது. பசிக்கு வந்த மாதிரி தெரியல. அரசாங்கத்துக்கு உளவு பாக்க வந்ததா இருக்கப்போவுது. பாத்துக்க, அன்பு', என்றார். காயாம்பூ, அவர் சந்தேகமாக அவளைப் பார்த்ததை உணர்ந்து வலிந்து புன்னகைத்தாள். 'பாரு, முகத்தில ஒட்டவச்சது மாதிரி சிரிப்பு'.

'பெருமாளு, இதுக்கு மேல நமக்கு யாராவது கொடுமை பண்ணமுடியுங்குற. போவியா'

'ச்சீ, கழுதை. பேர் சொல்லிக்கூப்பிடாதன்னு சொல்றேன். கேக்குறியா.'

'உனக்கு மயினி முறை நான். வயசு வித்தியாசம் பாக்காம கல்யாணம் பண்ணிக்கலாம்னு சொன்னேன். நீ கேக்கல. ராத்திரிக்கு அப்பப்ப என் புருஷன் கூடச் சொல்றதுண்டு. என்கிட்ட கஷ்டமா இருந்தா பெருமாள் கிட்ட போய்க்கோன்னு.'

பெருமாள் அநியாயத்திற்கு வெட்கப்பட்டார். அன்புமணிக்கு இதிலெல்லாம் கூச்ச நாச்சமே கிடையாது. உரையாடலை இத்துடன் முடித்தால் அவருக்கு நல்லது. இல்லையென்றால், படுக்கையில் அவளால் அவருக்கு இன்னும் என்னென்னவெல்லாம் செய்ய முடியும் என்பதை விவரமாகச் சொல்லிவிடுவாள். அவள்

சென்றதற்குப் பிறகு அவர் கிண்டலாகச் சொன்னது கூட மனதை நமநமவென்று ஏதோ செய்துகொண்டிருக்கும். 'கழுதை, இங்க இருந்து கிளம்புடி மொதல்ல. தாயே நீங்க நாளையில இருந்து வேலைக்கு வாங்க. எல்லாருக்கும் உண்டான கூலி தான். அன்பு என்னன்னு விவரம் சொல்லிருவா'.

காயாம்பூ, வேலையைத் தொடங்கிய சில நாள்களுக்குப் பிறகு ஓர் இரவில் ஊரில் யாருக்கும் தெரியாத வண்ணம் குடிசையைச் சாத்திவைத்து விட்டு, ஊரை விட்டு வெளியே வந்தாள். நிறம் அடர்ந்த ஓர் உடையை உடுத்திக் கொண்டாள். தெளிவாகப் புலப்படாமல் இருந்தால் நல்லது என்று. மலையடிவாரத்தை ஒட்டிய ஆற்றை நோக்கி நடந்தாள். ஆற்றை நெருங்க, பெருமாளும் அவருடைய கூட்டாளி முருகனும் ஆற்றில் குளித்துக் கரையேறி இருந்தனர். அவர்கள் உரையாடல் காயாம்பூவிற்கு நன்கு கேட்டது. ஒரு மரத்தின் பின்னால் மறைந்து நின்று அவர்கள் அங்கிருந்து சென்றதும் தான் ஆற்றில் இறங்கி மறுகரைக்குச் செல்லமுடியும். 'ஊரே மயானம் மாதிரி ஆச்சு. அந்த வக்கீலு சண்முகம் நடையா அலையுறாரு. கொன்னுடுவேன்னு மிரட்டுறானுங்களாம். இப்ப அவரும் எங்கயும் தனியா போறதுல்ல. நாலைஞ்சு வயசுப் பையன்களக் கூடக் கூட்டிட்டுப் போறாரு. அவங்களுக்குச் சாப்பாடு எல்லாம் அவரே பாத்துக்குறாரு. எதுக்கும் துணிஞ்சவன் அந்த துரைக்கண்ணு.'

முருகன், 'எனக்கென்னவோ அதைக் கிண்டாம கிளறாம விட்டுரது நல்லதுன்னு தோணுது. சில ராத்திரியெல்லாம் நடந்தது எல்லாம் என்னையறியாம ஞாவத்துக்கு வந்துருது. தலைய உலுக்கினாலும் போவமாட்டேங்குது. பித்துப்பிடிச்ச மாதிரி இருக்குது. என் பொண்டாட்டி மேல கைய வைக்க விடமாட்டேங்குறா, மச்சினரே. இனி காலம்பூரா ஒவ்வொரு ராத்திரிக்கும் நாங்க இப்படித்தான் அந்நியமாத்தான் இருக்கனுமா.'

பெருமாள், முருகனின் தோள் மீது கையைப் போட்டு அணைத்தார். 'பல சமயம் நானும் நெனைப்பேன். கெட்ட கனவு போல நினைச்சி மறந்துருவோம்னு. அந்த மஞ்சுளாவுக்கு நடந்தத விட நமக்கு எல்லாம் நடந்தது பெரிய துன்பமில்லையே.'

'அப்புறம் அந்தப் பொண்ண நான் எங்கயும் பாக்கலையே. என்ன ஆச்சு பெருமாளு'

'அவுக மாமா வீடு ஏதோ பட்டிணத்தில இருக்காம். இதெல்லாம் அந்த வீட்டாளுகளுக்குத் தெரியாதாம். அங்க போய் வுட்டுருக்காங்க. ஏதோ வீட்டு வேலை செஞ்சுக்கிட்டு இருக்காம். வழக்குன்னா மட்டும் கூப்பிட்டுக்கலாம்னு சண்முகம் சொல்லிட்டான்.'

பேசியபடியே நடந்து கொண்டிருந்தவர்கள் அப்படியே நின்றுவிட்டார்கள். எதுவும் அதற்கு மேல் பேசிக்கொள்ளவில்லை. இருவரின் மனதிலும் வேறு வேறு காட்சிகள் நீள்கின்றன போலும். கனத்த இரவு எங்கெங்கும் கொட்டிக்கொண்டிருந்தது. இப்பொழுது தான் அமாவாசை கடந்திருந்தது. நிலவைக்காணவில்லை. ஆற்றைக்கடந்தால் சத்தம் கேட்டு யாரென்று பார்த்துவிடுவார்கள் என்று அவர்கள் நகரக்காத்திருந்தாள்.

ஆற்றில் இறங்கியதும் குளிக்க வேண்டும் போல் ஓர் ஆசை உந்தியது. இந்த ஆற்றில் பெண்கள் குளிப்பதில்லையாம். அன்புமணி அன்று வயல்வரப்பில் நடந்து வருகையில் சொன்னாள். ஏதோ ஊர் தனக்குத்தானே போட்டுக்கொண்ட ஒழுங்கு நடவடிக்கையாம். ஆற்றின் நடுப்பகுதியில் இறங்கியதும் நீரின் இழுப்பு அதிகமாகியதுடன் ஆழமும் கால்களை லாந்தச் செய்தது. கவனமாக நீந்தி மறுகரை சென்று ஏறினாள். இந்த ஆற்றின் கரையில் தான் சந்தன மரங்களைப் புதைத்து வைத்துப் பழியை இந்த ஊர்த்தலைவரின் அண்ணன் அகத்தியன் மீது போட்டு அவரைத்தர தரவென்று ஊருக்குள்ளிருந்து ஆற்றின் கரை வரை இழுத்து வந்து நையப்புடைத்து அவரைத் தேடச் சொல்லியிருக்கிறார்கள். அவர் மறைத்திருந்தால் தானே கண்டடைய. முழு ஆற்றின் கரையிலும் அவரை அடித்து அடித்து ஆற்றில் இறக்கித் தேடச்சொல்லி எழுந்திருக்க முடியாதபடிக்கு அடித்திருக்கின்றனர். வருமானத்துறையைச் சேர்ந்த கண்ணனின் யோசனை தான் இது என்று காயாம்பூ அறிந்திருந்தாள். காயாம்பூ கரையில் ஏறி ஆடையின் ஈரத்துடனேயே மலையை நோக்கி ஏறினாள்.

காயாம்பூ பயமில்லாதவள் அல்ல. இந்தச் சந்தனக்காட்டின் மீது வனத்துறைக்கு இருக்கும் பேராசை எவ்வளவு என்று

அளந்தெடுக்க அந்த வனத்தைப் பார்த்தறிய வேண்டும் என்று நினைத்துக்கொண்டே இருந்தாள். தான் இங்கே வந்திருக்கும் திட்டத்தை அடைவதற்குள் அவள் செய்யவேண்டிய பணிகளில் ஒன்று மலையினூடே இந்த வனத்திற்குள் ஏறி வனத்தைப் பார்வையிட்டுவருவது. தலைவர் சொல்லித்தான் அனுப்பியிருந்தார், 'அது ஒண்ணும் பூந்தோட்டமில்ல, நீ உலாவிட்டு வர. கள்ளப்பசங்க எல்லாரும். அங்கே ஒவ்வொரு மரத்துக்கு அடியிலயும் குடியிருந்தாலும் இருப்பானுங்க. கொஞ்ச நாள் ஊர்க்காரங்களப் பேய் இருக்குன்னு நம்ப வச்சிருக்கானுங்க. அவங்களுக்கு சந்தன மரமெல்லாம் வேணாம். விறகு கிடைச்சா போதும். குளிர்காலத்துக்கு வெந்நீர் வைக்கிறதுக்கு சோறு பொங்கறத விட அதிகமா வெறகு வேணும்பாங்க. காட்டுக்குப் போறேன்னு உன்னுடைய அசட்டுத்துணிச்சல எல்லாம் காட்டாத'. அதற்கு மேல் வெள்ளையனும் பேசமாட்டார், காயாம்பூவும் பேசவில்லை. தன்னைக்கட்டுப்படுத்த எவரையும் அனுமதிக்கமாட்டாள்.

காடு சந்தனக்காடு தான். என்றாலும் காட்டிற்கேயான நிறைய விலை உயர்ந்த மரங்களும் அடர்ந்திருந்தன. இருட்டோ இருட்டோ. தலையில் பொருத்தப்பட்டிருந்த விளக்கை எரியவிட்டாள். அது காட்டிற்குள் துல்லியமாக வழி காட்டியது. செயற்கை ஒளி தன்னிடமிருந்து விலகி இருந்ததைக் காட்டாததால் அவ்வப்பொழுது தேவைக்கு மட்டுமே தலை விளக்கை எரியவிட்டாள். இது மாதிரி காட்டிற்குள் தனியே சென்று வருவது காயாம்பூவிற்கு மிகவும் பிடித்தமானது. தமிழ்நாட்டில் இருக்கும் பெரும்பாலான காடுகளுக்கு ஏதாவது இயக்கக் காரணத்திற்காகச் சென்றிருக்கிறாள். காடுகளில் தங்கியும் இருக்கிறாள். வனத்துறை அதிகாரிகள் இந்தக்காடு தான் அழகான காடு என்று சொல்கிறார்கள். அவர்களின் நோக்கில் சந்தனமரங்கள் இருப்பதால் அழகு என்று குறிப்பிட்டிருக்கலாம். இந்தக்காடு உருவாகி சில நூறு வருடங்களே இருக்கும். இதை உருவாக்கியவர்களும் தான் வந்து தங்கியிருக்கும் ஆதிவாசிகளின் மூதாதையர்கள் தானாம். அவர்களின் குலதெய்வம் கூட உள்ளே எங்கேயோ இருக்கிறது. சிந்தனையின் போக்கில் நடந்தவள், தன் ஈர உடையின் முடிப்பிலிருந்து சிகப்பு நூல்கண்டை எடுத்து

ஒரு குறிப்பிட்ட இடைவெளியில் உள்ள தாவரங்களில் தாழ்ந்த கிளைகளில் சிகப்பு நூல்களைக் கட்டினாள். இடுப்பில் அந்த அரிவாள் இருந்தது. புடவைக்குக்கீழே கால்சராய் போன்ற ஒன்றை உடுத்தியிருந்தாள். ஆபத்து என்றால் புடவையை அவிழ்த்து எறிந்துவிட்டு கால்சராயுடன் தப்பித்து விடலாம் என்ற திட்டம். இரண்டு மணி நேரத்திற்கு மேல் நடந்திருப்பாள். தோளில் தொங்கிய பாட்டிலிலிருந்து தண்ணீரைக் குடித்துக்கொண்டாள். கைவசம் இருந்த இரண்டு கொய்யாக் கனிகளையும் சாப்பிட்டுக் கொண்டாள். இளைப்பாறவோ உட்காரவோ இடமென்று இல்லை. புதர்கள், பழுத்த இலைகள் சரசரக்கும் தரைவெளி. அவ்வளவு தான். கண்ணுக்கெதிரே குன்று போல ஒன்று தென்பட்டது. விளக்கை எரியவிட்டுப்பார்த்தாள். ஐந்தாள் உயரத்திற்கு புற்றுகள். கரையான் புற்றுகள். சற்று தள்ளியே நின்று அந்தப் புற்றுகளினூடே கவனமாகப் பார்த்தாள். உயரத்தில், புற்றுகளின் உயரத்திற்கு மேலே இருளைத் துளைக்கும் இரண்டு கண்கள் தெரிந்தன. திக்கென்று இருந்தது. தலையில் எரிந்த விளக்கை அணைத்துவிட்டு, இருட்டினூடே தனியே நின்றாள். நின்ற இடத்திலேயே நீண்ட நேரம் நின்று கொண்டிருந்தாள். மிகவும் அபாயமான கட்டத்திற்கு வந்துவிட்டோமோ என்று யோசித்த போது தான் அன்புமணி சொன்னது நினைவிற்கு வந்தது.

‘எங்களோட எல்லா கொடுமைக்கும் காரணம், எங்க குலதெய்வத்துக்கு ரெண்டு தலைமுறையா பொங்க வைக்காதது தாம். வனதேவதை இவ்வளவு தனிமையில தன்னைய கவனிப்பாரு இல்லாம அந்தக் காட்டுல துடிதுடிச்சி இருப்பான்னும் என் ஆயா எப்பவும் சொல்லும். அது பாத்துருக்காம். சின்னப்புள்ளையா இருக்கப்ப கூட்டங்கூட்டமாப் போய் பௌர்ணமி பூசை செஞ்சிட்டு வருவாங்களாம். ஒரு ராத்திரி முழுக்க தங்கி நடு ராத்திரிக்குப் பொங்க வச்சிக் குலவையிட்டு, சுத்தி ஆடிப்பாட்டுப் பாடுவாங்களாம். ஆயாவோட அம்மாவுக்கு அருள் வருமாம். நிறைய பாம்புங்க இருக்கிற காடாம். விஷப்பாம்புங்க இருக்கிற காடாம். இவங்க யாரும் ஒரு பாம்புக்குட்டியக் கூடப்பாத்தது இல்லையாம். ஒரு பாம்பும் இவங்களக்கடிச்சது இல்லையாம். அவ்வளவு உசரமாம் சிலை. எப்ப யாரு வச்சதுன்னு தெரியல.

கல்லு சிலையில்ல. சுதைச்சிலை. அதாவது சுண்ணாம்புச்சிலை மாதிரி. கண்ணு பளபளன்னு நம்ம நெஞ்சுக்குள்ள இருக்கிறத பாக்கிற சக்தி உள்ளது மாதிரி தெரியுமாம். அதோட பேரே சந்தனமாரியம்மன் தான். அப்படின்னா இந்தச் சந்தனக்காடே எங்களுக்குச் சொந்தமானதுன்னு தான் அர்த்தம். அதுல இவனுங்க எல்லாரும் வயிறு எரியறானுங்க. அந்தக் கலவரத்துக்கு அப்புறம் தான் இந்த மரம் ஒவ்வொன்னுக்கும் எவ்வளவு மதிப்பு இருக்குன்னு தெரிய வந்துச்சி. அது வரைக்கும் நாங்களும் இத நெல், புல்லு மாதிரித்தான் நெனைச்சிக்கிட்டு இருந்தோம். அந்தச் சாமியப் பத்தி என் ஆயா நிறைய பாட்டுப்பாடும். அந்தப் பாட்டக் கேக்கும்போதெல்லாம் ஏன்னு தெரியாது அழுகை அழுகையா வரும். உங்களுக்குச் சாமி நம்பிக்கை உண்டா. இங்க ஒரு சாமிப்படம் கூட நீங்க வச்சிக்கல. அதான்.'

'எனக்கு நம்பிக்கை இல்லை. சாமி கும்பிட நேரமில்லன்னு வச்சிக்கோயேன். நீ சொல்ற சந்தன மாரியம்மன் கூட துடி தெய்வமாத்தான் இருக்கும்.'

'அப்படின்னா...'

'உங்களுக்கு நடந்த கொடுமை மாதிரி அவளுக்கு யாராலயாவது ஏதாவது நடந்து துடிக்கத் துடிக்க அகால வயசுல செத்துப் போயிருக்கும். மனசு கேக்காத மக்கள் தான் இந்த மாதிரி அவங்க ஞாபகமா இருக்கிற மாதிரி உருவத்த சிலையா செஞ்சு அவள் இப்படித் துடிக்கத் துடிக்கச் சாக, தங்களால ஒண்ணும் செய்யமுடியாததுக்காக வருந்திப் பொங்கல் வைப்பாங்களா இருக்கும். அதான் ஆயா கூட அப்படி நெஞ்ச உருக்கிற பாட்டப்பாடுறது.'

கொஞ்ச நேரம், காயாம்பூவையே ஊடுருவிப் பார்த்தவள், 'உங்களுக்கு எப்படி இதெல்லாம் தெரியும்', என்று கேட்டாள்.

'நிறைய ஆராய்ச்சி புத்தகங்கள் இருக்கு. இந்த மாதிரி துடி தெய்வங்கள், ஆதிவாசிகளோட தெய்வங்கள். ஏன்னா இந்த மண்ணோட மக்களுக்குத் தெய்வம்னா அது அவங்களோட மூதாதையர் தான். வருங்கால சந்ததி மேல உண்மையான அக்கறை அவங்களோட மூத்த மக்களை விட யாருக்கு அதிகமா அக்கறை இருக்கமுடியும்.'

இது நிச்சயமாய் சந்தனமாரியம்மன் தான். இருளிலும் உயிர் கூச்செறியவைக்கும் அந்தக் கண்கள் தனக்காகவே புற்றுகளுக்கும் புதர்களுக்கும் இருளுக்கும் பின்பிருந்து வெளிப்படுவது போல் காயாம்பூவிற்குத் தோன்றியது. அன்று நிலவின் வெளிச்சமே தென்படவில்லை. இருளே திக்குகளாகி நிறைந்திருந்தது. காயாம்பூவிற்கு ஏனோ நெஞ்சத்தில் கிஞ்சித்தும் அச்சம் இல்லை. அந்தக் கண்களையே பார்த்துக் கொண்டிருந்தாள். ஒரு சிறிய காற்று அந்த வழியே கடந்து போக, கிளைகள் அசைந்தன. அந்தக் காட்டில் வனமிருகங்கள் என்று பெரியதாக இல்லை. மனித நடமாட்டத்தால் விலகியிருந்தன. மான்களும் முயல்களும் எறும்புத்திண்ணிகளும் இருக்கின்றனவாம். நில ஆமைகள், பாம்புகள் உண்டு. அந்த இடத்தை விட்டு விலகவொட்டாத ஒரு மர்மமான விசையால் அங்கேயே எவ்வளவு நேரம் நின்றிருந்தாள் என்று தெரியவில்லை. கைக்கடிகாரத்தில் விளக்கின் ஒளியைப் பாய்ச்சிப் பார்த்தாள். நடு இரவு ஒன்றைத் தொட்டிருந்தது. வனத்துறை அதிகாரிகள் யாரும் இப்பொழுது இங்கே வருவதற்குச் சாத்தியமில்லை. வந்தாலும் கூட்டமாக வருவார்கள். குடிப்பார்கள். பெண் என்றால் வல்லுறவு செய்துவிட்டுப் போவார்கள்.

சந்தன மாரியம்மனை நன்கு பார்த்துக்கொண்டாள். மனதில் புகைப்படம் போல் எழுதிக்கொண்டாள். மனதில் உள்ளவற்றை அவளிடம் பேசிக்கொண்டாள். தனது திட்டம் நிறைவேறவே இந்தக்காட்டிற்குள் வந்து ஒரு பயணத்தைத் தொடங்கியிருக்றேன் என்று தனக்குத்தானே பேசிக் கொண்டாள். சந்தனமாரியம்மனிடம் பேசிக்கொண்டாள். மொத்தம் 201 குற்றங்கள். ஒவ்வொரு குற்றத்திற்குள்ளும் ஒளிந்திருக்கும் குற்றத்தின் வரலாறு. வரலாறு தோறும் புதைந் திருக்கும் குற்றத்தின் விதைகள். விதைகள் முட்களைப் போல அதுவும் தேர்ந்தெடுக்கப்பட்ட பாதங்களிலேயே குத்துபவை. இன்னும் எந்தக்குற்றத்திற்கும் நீதி வழங்கப்படவில்லை.

அன்புமணி அந்த ஆலமரத்தைக் கடக்கும் போது எதுவும் பேசமாட்டாள். அவள் மட்டுமல்ல, அந்த ஊரில் எவருமே அந்த ஆலமரத்தை நெருங்குவதில்லை, நெருங்கமுடிவதில்லை.

நடுவனத்தில் இருக்கும் சந்தன மாரியம்மனைப் போலவே. அந்த ஆலமரம் ஊரின் கால்பகுதியைத் தன் மடியில் வைத்து நிழல் தரும் மரமாகத்தான் இருந்தது. 'அந்த மரத்தின் கிளை எல்லைக்குள்ள நடந்தா ஓர் ஓலம் ஒலிக்குது எங்க நெஞ்சுக்குள்ள. மார்புக்குள்ள அடங்காத வேதனை கொப்புளிக்குது. எப்பவும் அந்த ஆலமரத்துக்குக் கீழத்தான் காண்டா விளக்க ஏத்தி வச்சி, பல்லாங்குழி விளையாடுவோம். நினைப்பு வந்தா ஆயா பாட்டுப்பாடும். கருப்பி தன்னோட குழந்தைய தொட்டில்ல போட்டுட்டுப் போவா. ஊரே பாத்துக்கும். ஆம்பிளைங்க யாரும் அந்த ஆலமரத்துக்கீழ உக்கார மாட்டாங்க. அது பொம்பிளைங்க இடம். பேன் பாப்போம், கிழிஞ்ச துணி தைப்போம். அரிசில கல்லு பொறுக்குவோம், தவிடு புடைச்சி உமி எடுப்போம். எங்களோட நாயும் கோழியும் சுத்திச் சுத்தி வரும். எல்லாம் போச்சும்மா'. காயாம்பூ தனக்கு எதுவும் தெரியாதது போலவே கேட்டுக்கொள்ளத்தொடங்கினாள். அன்புமணிக்கும் அதை யாரிடமாவது சொல்லி அரற்றவேண்டும்போல இருந்திருக்கவேண்டும்.

'அன்னைக்கு சாயங்காலம் இருக்கும். அப்பத்தான் ஒரு ஆறு பேரு வனத்துறை அதிகாரிங்க. கண்ணன்னு ஒருத்தன் இருக்கான். அவனோட சேந்து தான் வந்தாங்க. எல்லாரும் அந்த அகத்தியன் அய்யாவைப் பிடிச்சி இழுத்துட்டுப் போனாங்க. இழுத்துட்டுப் போனது மட்டுமில்லம்மா. அடி அடின்னு அடிச்சி வாயில இருந்து ரத்தம் வழிய வழிய அந்தக் கல் தரையில இழுத்துட்டுப் போனாங்க. முதுகில ரத்தக்கீறல அப்பவே பாத்தேன். வழியெல்லாம் எத்தி எத்தி அடிச்சாங்க. ஆத்தங்கரையில அவங்களே சந்தன மரத்த ஒளிச்சிட்டு வந்துருக்காங்க.'

'திரும்ப இங்க வந்தாங்க. அப்ப நாங்க நாலைஞ்சு பேரு சேந்து அந்தக் கண்ணனை அடி அடின்னு அடிச்சோம். நாங்களும் சும்மா விடல. என்ன தோணுச்சோ கூட வந்தவனுங்க அப்ப ஒன்னும் செய்யல. போனவனுங்க அடுத்த நாளு மதியத்துக்கு இரு நூறு பேரா வந்தானுங்க. ஊரையே இந்த ஆலமரத்துக்கு அடில வரச்சொல்லிட்டாங்க. அடிச்சி, மேல எச்சியத் துப்பி, எட்டி உதைச்சி, புடவைய உருவி என்னென்னெல்லாம் அசிங்கப்படுத்த

முடியுமோ அப்படியெல்லாம்'. அன்புமணி மூச்சுவிட்டாள். எல்லாரும் இங்க வந்ததுக்கு அப்புறம் பதினெட்டுப் பொம்பளங்களை இங்க இருந்து வண்டியில ஏத்திக்கூட்டிட்டுப் போனாங்க. அதுவும் கூட பொம்பளப் போலீசுங்க போகல. அந்த ஆறு சேருற ஏரிக்கரையில வச்சி, இன்னும் ஆறு ஆம்பிளைங்கள வரவச்சி நாசம் பண்ணினாங்க. பதிமூணு வயது மஞ்சுளாவும் இருந்தாம்மா அதில. அப்புறம் கூட்டிட்டுப் போயி காட்டு இலாகா ஆபீஸ்ல வச்சி அடைச்சி வச்சி, அடி இம்சை. இங்க இருந்த எல்லா ஆடு கோழியையும் வண்டியில எடுத்துட்டுப் போய் அடுத்த நாளு அடிச்சி சமைச்சி எங்க முன்னாடியே வச்சி சாப்பிட்டானுங்க. என் நெஞ்சு ஆணையா சொல்றேன்மா. அதுக்கப்புறம் எனக்கு கோழிக்கறியப் பாத்தாலே குமட்டலெடுக்கும். அவங்க சாப்பிட்டதப் பாத்தா அப்படி ஒரு ஒவ்வாமை எனக்கு. ஊருக்கு வந்து கிணத்துல வெசத்தக் கொட்டுனானுங்க. அம்மா, நீயே சொல்லு. தாயோட கருப்பையில விசம் வைக்கிற மாதிரி தான அது. எல்லா வீட்டையும் இடிச்சிப் பொருளல்லாம் நாசமாக்கி வாழவே முடியாதபடி செஞ்சானுங்கம்மா. அந்த அதியமான் இருக்காரு இல்ல. அவரு வேட்டிய அவரோட தங்கச்சி பூங்கொடிய விட்டு உருவச்சொல்லி அந்த அம்மாவோட புடவையை அவர உருவச்சொல்லி. அம்மா மனுச வாழ்க்கையில காணக்கூடாததெல்லாம் பாத்துடோம்மா.'

'உங்க மேல அவங்களுக்கு என்ன கோபம். அவங்களுக்கு நீங்க ஏதாவது கெட்டது செஞ்சீங்களா', வேண்டுமென்றே தான் கேட்டாள் காயாம்பூ.

'என்னம்மா இவ்வளவு சொன்னதுக்கப்புறமும் இப்படி கேக்குறியே. மொதல்ல எங்க எல்லாருக்கும் சொந்தமா தனித்தனியா வயல் துரவுன்னு இருக்கும்மா. ஆதிவாசிங்க இப்படி வாழுறாங்களேன்னு அவங்களுக்குப் பொறுக்கல. சந்தனமரத்த தொடர்ந்து திருடுறானுங்க. திருடு போகுதேன்னு அரசாங்கம் கேக்குது. எங்களக் கையக் காட்டுனாத்தான் பிழைக்கமுடியும். யம்மா, இன்னொன்னு சொல்றேன் கேட்டுக்க. அந்த ஆதிக்க சாதி ஆதிக்க சாதின்னு ஏதோ சொல்றாங்கம்மா... அந்த ஆம்பிளைங்க உடம்புல இருக்க வன்மம் இருக்கேம்மா, அதுல்லாம் அவனுகளப் பெத்தவ நெஞ்சுக்குத் தெரிஞ்சா பெத்தவளே அவனுங்கத்

தலையில கல்லப் போட்டுக் கொன்னுருவாம்மா. யப்பா, இப்பவும் துடிக்குதும்மா என்னோட சதையெல்லாம்'.

கண்ணனும் காயாம்பூவும் ஒன்றாகப் படித்தார்கள். இவர்கள் ஊருக்கு அருகே ஒரு சித்தர் குகை இருந்தது. குகை என்றால் குகை பின்னணியில் இருக்கும். சித்தரின் சமாதி குகைக்கு முன்னால் வெட்டவெளியில் அவர் உடல் படுத்திருப்பது போலவே பாறையில் நீளவாக்கில் செதுக்கப்பட்டுக் கிடத்தப் பட்டிருக்கும். பன்னிரண்டாம் வகுப்பில் காயாம்பூவை விரட்டி விரட்டி வற்புறுத்தினான். அது காதல் இல்லை. ஒரு முத்தத்திற்கு, கட்டியணைப்பதற்கு, தொட்டுப்பார்ப்பதற்கு. உடன் படிக்கும் ஆண்களிடம் சவால் விட்டு வந்திருப்பான் போல. வளர்மதி சொன்னாள். அவளையும் ஒரு முறை சித்தர் குகைக்குக் கூப்பிட்டானாம். யாருமில்லாத போது, ஒரே ஒரு முறை ப்ளவுசை அவிழ்த்துக் காட்டச் சொன்னானாம். பளார் என்று அறைந்தேன் என்றாள். காயாம்பூ தன்னையும் கண்ணன் அழைத்ததை அவளிடம் சொல்லவில்லை. உள்ளூற அவமானமாக இருந்தது. தானும் அவளைப் போலவே அவனை அடித்துக் காயப்படுத்தியிருக்கவேண்டுமோ என்று தோன்றியது. இவ்வளவு ஆண்டு அனுபவத்தில், எந்த ஆணுமே உறவில் ஏதாவது பிரச்சனை ஏற்பட்டால் அதற்கு இணையான பழிவாங்கிவிட்டுத்தான் முடிப்பார்கள். ஆண்களால் வன்மத்தை வெளிப்படுத்தாமல் இருக்கமுடியாது. சாதியின் அதிகார அமைப்புக்கு ஏற்பட்டாற்போல அதன் அழுத்தங்களும் வேறுபடுமே அன்றி ஆண்களில் அது ஆண்மை என்று சொல்லி ஊட்டப்பட்ட வன்மமே. பெண்களிலும் அப்படி உண்டு. ஆண் மன வடிவத்திற்கு ஏற்றாற்போல் இயங்கும் பெண்களுக்கும் காழ்ப்பும் வன்மமுமே அவர்களின் கைகள்.

காயாம்பூ, கண்ணன் அங்கு செய்த அட்டூழியங்களை அறிந்து கொண்டு தான் வந்திருக்கிறாள். அவளுக்கு அங்கே நிறைய பணிகள் இருந்தன. முடிந்தால் கிணற்றைத் தூர் வாரவேண்டும். நிகழ்வுகளின் மையமாய்ச், சாட்சியாய்க் கிணறு ஒன்றே உறங்காமல் இருக்கிறது. அந்தக் காவல்துறை அதிகாரிகளோ, வனத்துறை அதிகாரிகளோ எந்த அரசு அதிகாரியுமோ அந்த ஊருக்கு

வருவதில்லை. பதினெட்டுப் பெண்களும் ஒவ்வொரு விதமாக உருக்குலைந்திருந்தார்கள். செல்விக்குக் கடும் இரத்தப்போக்கு தொடர்ந்து கொண்டே இருந்தது. சிகிச்சைக்குப் பின் சோகை கொண்டு வேலைக்குச் செல்ல முடியாமல் வீட்டோடு அடங்கிவிட்டாள். பொன்னி சம்பவத்தின் போதே கடுமையாகச் சண்டையிட்டாள். அருகில் இருக்கும் கட்டைகளை எடுத்து எறிந்திருக்கிறாள். அதனாலே அவள் சதைகளைக் கொடூரமாகக் கடித்து வைத்திருந்தனர். சதைப்புண்கள் ஆறக்காலமெடுத்துக் கொண்டன. தழும்புகளாகவே நின்று விட்டிருந்தன.

உடலின் உறுப்புகளுக்கான மாண்புகளெல்லாம் என்றோ ஏலம் விடபட்டுவிட்டன. மாரி தான் சொன்னாள். 'இங்க பாருக்கா. உன்னைய அக்கான்னே கூப்பிட்டுக்கிறேன். என் உடம்ப இன்னொரு ஆம்பள பாத்ததுல்ல. என் அத்தைக்காரி ஒருத்தி அப்படி வைராக்கியமா இருந்தாளாம். யாருக்குமே தன் உடம்பக் காட்டாம, கடைசி மூச்சு வரை அப்படியே வாழ்ந்து செத்துப்போகும் போது கூட ஆம்பிளைங்க யாரும் தன்னச் சுமக்கக்கூடாதுன்னு சொன்னா. அவள் உடம்ப மயானத்திற்குத் தூக்கிட்டுப் போனவள்ல நானும் ஒருத்தி. தெக்க ஒரு ஊரு இருக்காமே. கோட்டைக்குள்ளேயே ஆம்பிளை கண்ணுல படாம வாழ்ந்து முடித்து கல்யாணம் பண்ணினவனத்தவிர யாரும் உடம்பப் பாக்காமப் பொட்டலமா தூக்கிட்டுப் போய் எரிப்பாங்களாமே.அப்படித்தான்என்உடம்பையும்வச்சிருந்தேன். எனக்குக் கல்யாணம் பண்ணிக்கணும்னு ஒரு ஆச இருந்துச்சி. அவன் ஒருத்தனுக்கு மட்டுமே என் உடம்பத்தந்து வாழணும்னு இருந்தேன். இப்ப உடம்பெல்லாம் ஒரு கசங்கிப்போன பேப்பர் மாதிரி ஆச்சுக்கா'.

யாருமே யாருடனுமே பேசிக்கொள்ளாத ஒரு மௌனமான ஊராக மாறியிருந்தது. ஆலமரம் அசையாமல் இருந்தது. காயாம்பூ, கண்ணணைத் தேடிச் சென்றாள். சுற்றிலும் தோட்டமும் தோப்புமாக ஒரு வீட்டில் வாழ்ந்து கொண்டிருந்தான். அவன் மீதான குற்றம் நிராகரிக்கப்படும் வரை தான் அவனுடன் சேர்ந்து வாழ்வதில்லை என்று அவனை விட்டுப் பிரிந்திருந்தாள் அவன் மனைவி வசந்தி. இரண்டு பெண் குழந்தைகள் வேறு அவனுக்கு.

அவர்கள் வீட்டை விட்டுக் கிளம்பிச் சென்றதும் தனியனானான். தொடர்ந்து குடிக்கத் தொடங்கினான். வீட்டில் இருபதுக்கும் மேற்பட்ட பூனைகள் இருந்தன. வீட்டின் காம்பவுண்டு சுவரில் ஏறிக்குதித்து உள்ளே பூந்தோட்டத்தைக் கடந்தாள். மாலை ஏழு மணி இருக்கும். பார்வையிலிருந்து உருவங்கள் மறையத் தொடங்கியிருந்த நேரம். முன்னறையை வெளிப்புறமாகக் கடந்து அடுத்த அறையின் சன்னல் வழியாக எட்டிப் பார்த்தாள். கண்ணன் தரையில் உட்கார்ந்து தோள்களுடன் ஒரு நாற்காலியில் சாய்ந்தபடி உட்கார்ந்திருந்தான். அருகில் சில உயர் ரக மது பாட்டில்கள், கிளாஸ்கள். ஏதேதோ தின்பதற்குச் சிதறிக் கிடந்தன. அவன் கண்கள் மூடியிருந்தன. அவள் உள்ளே நுழையலாமா என்று யோசித்துக்கொண்டிருக்கையில் சரியாக அவன் கைபேசி ஒலித்தது. எடுத்துப் பேசினான். 'சரி, வா', என்று சொல்லிவிட்டு வைத்தான்.

காயாம்பூ வெளியே காத்திருந்தாள். யார் வருகிறாரென்று எவ்வளவு நேரமென்று தெரியவில்லை. சுவர் மறைவில் நீண்ட நேரம் நின்ற இடத்திலேயே நின்று கொண்டிருந்தாள். புல்லடி வரும் சத்தம் கேட்டது. புல்லட் முன் விளக்கின் ஒளி அவள் மீது படுவது போல் வந்து திரும்பியது. அது பாஸ்கர் தான். டிஎஸ்பி. அவன் பார்வையில் படாமல் கவனமாக ஒதுங்கிக்கொண்டபடி நின்றாள்.

'இப்படி குடிச்சா அழிவ?'

'என்ன செய்யுறதுடா. என் பொண்ணுங்களோட பேசி சரியா ரெண்டு மாசம் ஆச்சு. பெரிய பொண்ணு நான் இல்லாம ஒரு நாள் இருந்துக்கமாட்டா. காச்சல் வந்துரும்', சொல்லும் போதே உடைந்து அழுந்தான்.

'இதெல்லாம் உனக்குத் தெரியாதா. நேஷனல் நியூசாயிருச்சி. பெயில்ல கொண்டு வரதுக்குள்ள என்னைய தாளிச்சிட்டாங்க. எல்லா வீட்டிலயும் தான் பொம்பளங்க இருக்காங்க.' கண்ணன் பாஸ்கரன் முகத்தைப் பார்த்தான்.

'நீயும் அவங்க பக்கம் போயிட்டேல்ல.'

'நீ செஞ்ச காரியத்துக்கு நான் இங்க வந்துட்டுப் போனேன்னாலே பிரச்சனையாகும்.'

பாஸ்கரன் பேசாமல் உட்கார்ந்திருந்தான். சன்னல் வழியாக காயாம்பூ பார்வையில் படும்படியாகத்தான் உட்கார்ந்திருந்தார்கள். பாஸ்கரனின் பின்பக்கம் தெரிந்தது. கண்ணனைக் கொஞ்சமாக மறைத்திருந்தான். கண்ணனின் குரல் துல்லியமாகக் கேட்டது.

'ஒரு பெக் அடிக்கலாம்னு தான் வந்தேன். மூடே போச்சி. இந்த எஸ்பி இருக்கானே. இந்திக்காரனுங்களச் சமாளிக்கிறதுக்குள்ள போதும் போதும்னு ஆயிருது. சரி, நீ எங்கயும் வெளிய தலைய காட்டாத. எங்கக் கிடைச்சாலும் உன்னைய, அந்த எஸ்.ஐ.ய இன்னும் சில பேர போட்டுத் தீக்கணும்னு தெரியறாங்க, சில கட்சிக்காரங்க. லிஸ்ட்ல உன் பேரு தான் முதல்ல இருக்கு.'

'எனக்கு எப்படியாவது இதுலேர்ந்து தப்பிக்கணும் பாஸ்.'

'முடியவே முடியாது.' 'எவ்வளவு செல்வாக்கையும் நான் பயன்படுத்தத் தயாரா இருக்கேன். எவ்வளவு காசுன்னாலும் கொடுத்துருவேன். என் பொண்ணுங்களுக்கு பொண்டாட்டிக்கு நான் குற்றவாளி இல்லன்னு காட்டிட்டா போதும்.'

பாஸ்கரன் பக்கமிருந்து எந்தக் குரலும் வரவில்லை. மங்கலான வெளிச்சம். பூனைகள் அங்கும் இங்கும் அலைகின்ற அறைகள். புயல் காற்று வீசுவதைப் போல் பேய்க்காற்று சுற்றிலும் வீசுகிறது.

'மழை வரும்போல. நான் கிளம்பட்டா.'

'சொல்லு பாஸ். எனக்கு ஏதாவது பதில் சொல்லிட்டுப் போ.'

'என்னத்த சொல்றது. சாட்சி வலுவா இருக்கு.' கொஞ்ச நேரம் அமைதியாக இருக்கிறார். 'எனக்கே நீ பண்ணினது ரொம்பக் கொடூரமானதுன்னு தோணுது. ரெண்டு பொண்ணுங்கள வச்சிக்கிட்டு உனக்கு எப்படி இப்படி புத்தி போச்சோ. எனக்கு ஒரு பொண்ணு இருக்கா, கண்ணன். என் பொண்ணுட்ட யாராவது இப்படி நடந்துருந்தா எந்த எல்லைக்கும் போவேன் நான்,' பாஸ்கரன் குரலில் ஓர் இறுக்கமும் கடுமையும் இருந்தது.

'அப்புறம் என்ன மண்ணாங்கட்டிக்கு நீ வந்த இப்ப', அருகில் இருந்த காலி பாட்டிலைத் தூக்கி எதிர்ச்சுவற்றில் எறிகிறான். உடைந்து சிதறும் சத்தம். ஒரு பூனை மருண்டு கத்திய சத்தம்.

'ஏதாவது செய், ஏதாவது செய்யுன்னு மெசேஜ் பண்ணிக் கிட்டே இருக்க. என்னால எதுவும் செய்ய முடியாதுன்னு சொல்லிட்டுப் போகத்தான் வந்தேன். உங்கூட அப்பப்ப குடிச்ச பாவம் தான் உன்னைய வந்து பாக்கவேண்டியிருக்கு', பாஸ்கரன் தொடர்ந்து பதில் ஏதும் பேசாமல் வெளியே வந்து புல்லட்டைக் கிளப்புகிறான். நெருக்கத்தில் அவன் மீதிருந்து ஆண்களுக்கான கடுமையான நறுமண திரவ வாசனை வீசுகிறது.

கண்ணன் யாருக்கோ ஃபோன் செய்கிறான். எடுக்கவில்லை என்பதால் எரிச்சலாய்க் கீழே வைக்கிறான்.

காயாம்பூ வீட்டிற்குள் சத்தமில்லாமல் உள்ளே சென்றாள். அவள் வருவதை அறிந்துகொள்வதற்கான உணர்ந்து கொள்வதற்கான எந்த மனநிலையிலும் கண்ணன் இல்லை. எவர் நுழைந்திருந்தாலும் கூட அவன் உணர்ந்திருக்கமாட்டான்.

'நான் காயாம்பூ. நினைவிருக்கா?'

'எப்படி உள்ள வந்த?'

'கதவு தான் திறந்து இருக்கே.'

கண்ணனின் முகத்தில் ஈ ஆடவில்லை. குடி போதையிலும் சுள்ளென்று ஒரு தெளிவு. 'ரொம்ப வருசம் இருக்குமில்ல.'

'ம். என்ன விசயம். நான் யாரையும் பாக்குற மாதிரி இல்ல.'

காயாம்பூ வீட்டின் உள்ளே சில அறைகளுக்குள் நுழைந்து பார்க்கிறாள். பூனைகள் மிரண்டு படுக்கையில் ஏறுகின்றன, மேசையில் ஏறி நின்று அவளைப் பார்க்கின்றன.

'யாருமில்ல. ஊருக்குப் போயிருக்காங்க.'

'தெரிஞ்சு தான் வந்திருக்கேன்.'

கண்ணனின் கண்கள் எச்சரிக்கையாகின்றன. இப்பொழுது பாஸ்கரன் சொன்னது நினைவிற்கு வந்திருக்கிறது.

'மண்ணுளிப்பாம்பு மாதிரி நீ. விட்டா எதாவது செஞ்சிக் கிட்டேத்தான் இருப்ப. அதான் உன்னோட கதைய இங்க முடிச்சிரலாம்னு.'

கண்ணனின் கண்கள் பெரிதாகின்றன. தடுமாறி எழுந்திருக்க முயற்சிக்கிறான். காயாம்பூ, அவன் இடது காலைத் தனது இடது காலால் தரையுடன் அழுத்தி, வலது கையைப் பின்பக்கமாக மடித்து ஒரே கையால் அவன் இரு கைகளையும் பிடித்து, தன் இடுப்பில் மறைத்திருந்த அரிவாளை எடுத்து அவன் கழுத்தை அரைவட்டமாய்க் கீறுகிறாள். கொஞ்சம் அழுத்தமாய்க் கீறுகிறாள்.

அடுத்தடுத்த நாட்களில் யாரென்று அறியப்படாத நபரால் மூன்று வனத்துறை அதிகாரிகள் தொடர்ந்து கொல்லப்பட்டச் செய்தியை அன்புமணி அன்று இரவு காயாம்பூவின் குடிசை வாசலில் உட்கார்ந்து சொன்னாள். 'இந்தக் கண்ணன் எப்படியும் சட்டத்தில கூட ஓட்டப்போட்டுத் தப்பிச்சிருவான் அம்மா. யாரோ சரியா பண்ணிருக்காங்க. என்னம்மா எல்லாத்தையும் மூட்டக்கட்டி வச்சிருக்க.'

'என் அக்காவுக்கு உடம்பு சரியில்ல. போய்க் கூட இருந்து பாத்துக்கலாம்னு. உங்கிட்டச் சொல்லலாம்னு உன் வீட்டுக்கு வந்தேன். நாத்து நடப் போயிருக்கன்னு சொன்னாங்க உங்க வீட்டுக்காரரு. ரொம்ப நன்றி, அன்புமணி.'

'எனக்குப் போய் என்னத்துக்கு நன்றி. ஏதோ பொழப்பு தேடி பாவம் தனியா அலையா அலையுற. எப்பன்னாலும் திரும்ப வா. நான் பாத்துக்குறேன். இந்த ஊரு பாத்துக்கும்.'

அன்புமணி சென்றதும் காயாம்பூவால் உறங்கவே முடியவில்லை. வீட்டிற்குள் யாரோ திடும்மென நுழைவது போலவே இருக்க, திடுக்கென எழுந்திருந்து எச்சரிக்கையாக அரிவாளை எடுத்துக்கொண்டு நகர்ந்து பார்த்தாள். யாரோ நடமாடுகிறார்கள். தூக்கத்தில் பூனைகளால் கனவுகள் நிறைந்தன. வரிசையான வீடுகள் எங்கும் மனித உருவத்தில் பூனைகளின் தலையுடன் வாழ்கிறார்கள். அதிகாலை ஐந்து மணிக்கே எழுந்தாள். தன் பூனைமுகத்தைக் கழுவினாள். கனவின் எச்சம் வாழ்விற்குள் நீண்டது போல் ஒரு திகைப்புடன் முகத்தைக் கழுவிக்கொண்டு வாசல் கதவைப் பூட்டினாள். ஆற்றை நோக்கி நடந்தாள். அதை ஒட்டிய மலையடிவாரப்பாதை வழியாக நடந்து

நெடுஞ்சாலையை எட்டி லாரியில் ஏறிக்கொள்ளலாம் என்று நினைத்தாள் காயாம்பூ. ஆற்றில் கால் வைத்து இறங்கவும் ஒரு கை பின்னால் வந்து வாயை அழுத்தி வயிற்றில் கத்தியால் குத்தி நீருடன் அவளை அழுத்தி மூச்சுத் திணறச் செய்தது. குற்றுயிரும் குலையுயிருமாக அவளை அப்படியே ஆற்றில் தள்ளிவிட்டு விலகியது.

காயாம்பூவின் உடல், ஆற்றின் வழியாகவே மிதந்து சென்று எங்கேயோ தொலைவில் ஒதுங்கியது.

–

தலை

சுதாவின் கண்ணில் தளும்பிக்கொண்டிருந்தகண்ணீர்க்குமிழ்களில் சூழலின் வெளிச்சம் பெருகி நெருப்பின் துளிகளைப் போல அடர்ந்து கொண்டிருந்ததைப் பார்த்துக் கொண்டே இருந்தேன். ஆணின் உடலும் பெண்ணின் மனமும் ஒயிலும் நிறைந்து பார்க்கவே வசீகரமாக, ஆளுமையாக இருந்தார். மஞ்சள் தாலி கழுத்தில் அசைந்து கொண்டிருந்தது. தலையில் மல்லிகைப்பூ சரம்சரமாகத் தொங்கிக்கொண்டிருந்தது. வைத்த கண்ணை எடுக்கவே முடியாத இயல்பான ஈர்ப்பைக் கொண்டிருந்தார். நான் இந்த ஆவணப்படத்தின் கடைசிக்கட்டத்தை முடிக்கும் தருவாயில் இருந்தேன். ஏற்கெனவே நிறைய திருநங்கையரைச் சந்தித்து உரையாடி முடித்திருந்தேன். இந்தக் கூவாகம் திருவிழாவுடன் படத்தை முடித்துக்கொடுக்கிறேன் என்று முப்பால் அமைப்பிற்கு ஒப்பந்தம் இட்டிருந்தேன். மனிதர்களின் பால்வெளிகள் விசித்திரமானவை. குடும்பத்திற்குள் பெண் ஆண் என்ற திட்டவட்டமான வரையறைகளையே பாடத்திட்டம் போல பயிற்றுவித்துக் கொண்டிருக்கும். இங்கே உடலுக்குள் பூத்துவிட்ட பூவின் மணத்தையும் பூவையும் இழக்க முடியாமல் தவிக்கும் உணர்வுகளுடன் தளும்பத்தளும்ப நின்று கொண்டிருந்தார் சுதா.

'வழக்கமா பூசாரிக்கிட்டத்தான் தாலி கட்டிக்குவோம். இந்தத் தாராதான் என்னைய வற்புறுத்துனா. விநோவைத்தானே கல்யாணம் பண்ணிக்கப்போற. அப்புறமென்ன இந்தச் சந்தர்ப்பத்துல கூத்தாண்டவர் முன்னாடியே வச்சி அவன் கையால தாலி கட்டிக்கிட்டா கல்யாணம் பண்ணிக்கிட்டது

மாதிரி ஆச்சுல்லன்னா. அப்புறம் நான் என் அரவானுக்காகத் தாலி அறுக்க வேணாமேன்னு கேட்டேன்,' மூக்கை உறிஞ்சினாள், தடுமாறினாள். சொல்லவே முடியாமல் பதறினாள். 'அந்த நாதாரியோட மூணு பேர் வந்துருக்கானுங்கம்மா. அவனுங்களுக்கும் என் உடம்பக் கொடுக்கணுமாம்', உடைந்து அழுதாள் சுதா. இரவு அங்கும் இங்கும் மனித நடமாட்டமும் தீப்பந்தங்களும் வெளிச்சமும் ஆட்டமும் பாடலும் கொண்டாட்டமும் நிறைந்திருந்தன. அரவாணிகளின் மனதுக்கு நெருக்கமான விழா. எங்கெங்கோ இருந்தெல்லாம் ஆயிரக்கணக்கில் இதற்கெனவே நெடுந்தூரம் பயணித்து வந்திருந்தனர். பட்டுப்புடவையும் நகைகளும் அலங்காரமும் அவர்களை அவர்களே பார்த்துப்பார்த்து மகிழ பூரித்துக்கொள்ள உதவியது. மிகவும் உணர்ச்சிப்பூர்வமான திருவிழாவாக இருந்தது.

கேமராவைத் தூக்கிக்கொண்டு எனக்கு உதவியாளராக வந்திருந்த அகிலனே அங்கும் இங்கும் ஓடி ஆர்வமாகப் பணிகளைச் செய்துகொண்டிருந்தான். நிறைய அரவாணிகளுடன் அதற்குள்ளாக அவனுக்கு நட்பு ஏற்பட்டிருந்தது. அவர்களே அவனுக்கு வழிகாட்டிக்கொண்டிருந்தார்கள். முக்கியமான சடங்குகளை அவன் அழகாகப் பதிவு செய்துகொண்டிருந்தான். மிகுந்த களைப்பில் இருந்தேன் நான். காலையே சென்னையிலிருந்து கிளம்பி விழுப்புரத்திற்கு வந்து சேர மதியம் ஆயிற்று. பேருந்தில் கூட்ட நெருக்கடி. மடப்பட்டில் இறங்கி கூத்தாண்டவர் கோயிலுக்கு வந்து சேர ஒன்றரை மணி நேரம் ஆகிவிட்டது. பசிக்குச் சரியான உணவு கிடைக்கவில்லை. ஒரு தேநீரையும் இரண்டு பன்னையும் வாங்கி விழுங்கிக்கொண்டோம் நானும் அகிலனும். தேநீர் குடித்துக்கொண்டிருக்கும் போதே பேருந்து வர அதை விட்டால் இன்னும் நேரமாகும் அடுத்தப் பேருந்து வர அல்லது கூட்டம் அதிகமாகலாம் என்று சொன்னார் தேநீர்க்கடைக்காரர். அகிலன் எனக்கு முன்பாகப் பேருந்தை நோக்கி ஓட, நானும் தேநீரைப் பாதியில் வைத்துவிட்டுக் காசைக் கொடுத்துவிட்டு பேருந்தை ஓடிப் பிடித்தேன்.

தங்களின் கணவனாக அரவானை வரிந்து கொண்டு தாலிகட்டிக்கொண்டு பின் அடுத்த நாளே அவன் தலை

தனியே அரியப்பட, தாலி அறுத்து, கண்ணாடிகள் உடைத்து, நெற்றிக்குங்குமத்தை அழித்து மார்பில் அடித்துக் கதறி ஒப்பாரிப்பாடி, வெள்ளைப்புடவை உடுத்தி தன் வாழ்வைத் தானே கற்பனை செய்து கொள்வதுடன் அதற்கேற்ற ஒப்பனையையும் கொண்டு வாழ்வின் மகிழ்வு துயர் இரண்டின் எல்லைகளையும் தொட்டுப் பார்த்துவிடுவதைப் போன்ற ஓர் அனுபவம் திருநங்கையருக்கு. சுதா, மிகவும் விவரமானவர். ஏற்கெனவே அவரைச் சந்தித்து ஆவணப்படத்திற்கு நேர்காணல் செய்திருந்தேன். 'கடந்த ஐந்நூறு வருசமாத்தாங்க இது நடக்குது. இப்படி ஒரு கற்பனை தொடக்கத்துல நல்லாத்தான் இருந்துது. எனக்கென்னவோ திடீர்னு அந்த நாள்ல எல்லாம் பதட்டமாயிடும். ஒரு நல்ல கணவனைத் தேடுற, நல்ல ஆம்பிளையத் தேடுற, துணைய தேடுற உணர்வு உடம்பெல்லாம் பத்திக்கும். நீங்க பழகுற ஆம்பிளைங்கக் கண்டிப்பா வேற பொண்ணுங்க பின்னாடி போவாங்க. குடும்பப்பெருமையும் கௌரவமும் கருதி நீங்க அதுக்கெல்லாம் சமரசம் ஆயிருவீங்க. எங்களுக்கு அப்படியில்ல. என் புருஷன் வேற பொண்ண, வேற அரவாணியக் கூடத் திரும்பிப் பாக்கக்கூடாது. அப்படின்னா அவன் என்ன பொண்ணாவே பாக்கலன்னு தோணிரும். கத்தியால என் கழுத்த வெட்டி சிரமறுத்துக்கனும்னு தோணும். ரெண்டு தடவ தற்கொலையிலேர்ந்து அமிர்தாதான் காப்பாத்துனா. அப்படி ஒரு வேட்கை உடம்புக்குள்ள ஏற்படும். பெண் ஆண் மனம் உடம்ப ரெண்டாக் கூறுபோடும். மனசு ஓர் ஆம்பிள நேசத்துக்கு உண்மையான நேசத்துக்கு அப்படி அலையும்.'

சில நாட்களுக்கு முன்பு கோடைமழை இரண்டு நாள்கள் தொடர்ந்து பெய்தும் பூமியின் தகிப்பால் வேரோடி உள்ளிறங்கியிருந்தது. எங்கெங்கும் குளிரற்ற தென்றல் வீசிக் கொண்டிருந்தது. அகிலன் களைத்துப் போயிருந்தான். என்னிடம் வந்து உட்கார்ந்திருந்தான். சில கொட்டாவிகள் விட்டான். 'போய் தூங்குறதுன்னா தூங்குங்க. அந்த வீட்டுத் திண்ணையில போய்ப்படுத்துக்குங்க. கொஞ்ச நேரம் கழிச்சு எழுப்புறேன்', என்று சொன்னேன். 'இப்ப தூக்கம் வரல. கொஞ்ச நேரம் கழிச்சிப் படுத்துக்குறேன்', சொன்னவன் சீக்கிரமே போய்ப் படுத்துக்கொண்டான். காமிராவைப் பாதுகாக்கும் வேலையால்

உட்கார்ந்த இடத்திலேயே உட்கார்ந்து வேடிக்கை பார்த்துக் கொண்டிருந்தேன்.

சுதா பேசிக்கொண்டிருந்ததைக் கேட்டுக் கொண்டிருந்தேன். நான் என்னுடைய ஆண் உறவைப் பற்றிச் சொல்ல விரும்பியதைக் கூட அவரே புரிந்து சொல்லிவிட்டார். பெண் ஆண் பால் சம்பந்தப்பட்ட எதுவுமே எளிமையாக இல்லை. சிக்கல் சுற்றிச் சுற்றி எப்பொழுதுமே விடுவிக்க முடியாத முடிச்சுகளுடையதாகி விட்டது. குடும்பம், காதல், உறவு, மனைவி என்பதற்கெல்லாம் காலங்காலமான தென்னைமரம் அளவிற்குப் புத்தகங்களைச் சமூகம் படைத்திருக்கிறது. ராகுலுடனான காதல் முறிவின் காலத்தில் நான் இருந்தேன். வேறு பெண்ணுடன் அவன் மறைமுகமான தொடர்பை வைத்திருந்ததை அறிந்ததும் மனம் முறிந்து வெளியேறினேன். அதற்குப் பிறகு மன்னிப்பு கேட்டுக்கொண்டே இருந்தான். ஒரு வகையில் மனிதமனம் பல உறவு தேடும் பூனைக்குட்டியா. அப்படியென்றால் பெண்களும் பல உறவுகளின் மீதுநாட்டம் கொண்டிருக்கவேண்டும். கருப்பைக்குக் காலங்காலமாகச் சொல்லிக் கொடுக்கப்பட்டச் சமூக உத்திகள் வழியாக இப்படி ஒரே ஆணின் அன்பின் பின்னாலேயே செல்லும் மனம் கொண்டதாக ஆகிவிட்டது.

சுதா சொன்னது போலவே சில அரவாணிகள் வீட்டின் மறைவுகளில் ஒதுக்குப்புறங்களில் சில ஆண்களுடன் தொடர்ந்து உறவு வைத்துக்கொள்வதையும், திருமணமாகிய அந்த நாள் வாழ்வின் இன்பத்தையே ஒட்டுமொத்தமாக நுகர்ந்துவிடுவது போலவும் இருந்தனர். அரவானின் அந்தக் கதை உண்மையா என்று தெரியவில்லை. பாண்டவர்கள் போரில் வெல்ல சகல அம்சங்களும் அழகுறப் பொருந்திய ஆணைக் களப்பலி கொடுக்கவேண்டும் என்று சகாதேவன் சொல்ல, ஆண்களில் மூவர் தாம் அத்தகைய அழகினைக்கொண்டிருந்தனர். அர்ஜுனன், கிருஷ்ணன், அரவான். அரவான், அர்ஜுனனுக்கும் வேடுவப்பெண்ணாகிய உலூபிக்கும் பிறந்தவர். அரவானைக் களப்பலி கொடுப்பதைத் துரியோதனன் கேட்டிருக்க, அந்த அமாவாசை நாளை முன்பே வரவைத்து அதைப்பாண்டவர்களுக்கானதாக ஆக்கிவிடுவார் கிருஷ்ணன். அரவான் கிருஷ்ணனின் கோரிக்கைக்கு இணங்குவதுடன் ஒரு

வேண்டுதலையும் முன்வைக்கிறார். பலிக்கு முன் தான் ஒரு பெண்ணைத் திருமணம் செய்து கொண்டு அந்தப்பெண்ணுடன் ஓர் இரவேனும் வாழ்ந்து விடவேண்டும் என்பது. எந்தப்பெண்ணும் இந்த வேண்டுகோளுக்குச் சம்மதியாததால், கிருஷ்ணன் தானே அப்படி ஒரு பெண்ணாகி அரவானைத் திருமணம் செய்து கொண்டு உடலின்பம் உறுகிறார். ஏறத்தாழ அரவான் அனுபவிக்கும் உடலும் பெண்மை உருவம் பூண்ட ஆண் உடலே.

பேசிக்கொண்டிருந்த சுதா ஒரு கட்டத்தில் உடைந்து அழத் தொடங்கிவிட்டாள். எதிரே எங்கேயோ அவள் பார்வை போய் நிற்பதும் பின் தவிர்ப்பதுமாய் இருந்தது. அந்தத்திசையில் நானும் பார்த்தேன். நான்கு இளவயது ஆண்கள் அவளைப் பார்த்தபடியே நின்று கொண்டிருந்தனர். ஒருவன் மட்டும் அங்கே இருந்த ஒரு குத்துக்கல்லில் உட்கார்ந்துகொண்டிருக்க, இன்னொருவன் அவன் தோளில் கையை வைத்துக் குனிந்தபடி கள்ளமான ஒரு புன்னகையை வழிந்து கொண்டிருந்தான். இன்னும் இருவர் அருகே நின்றிருந்தனர். இரட்டையரைப் போலவே உருவ ஒற்றுமை. உயர் வர்க்கக்குடும்பத்திலிருந்து வந்தவர்களைப் போல இருந்தனர். அவர்களுக்கு மேலே பூத்திருந்த வேம்பின் பூக்கள் உதிர்வது அங்கே பரவியிருந்த குறைந்த வெளிச்சத்திலும் தெரிந்தது. என்னிடம் சுதா அரவணைப்பைத்தான் எதிர்பார்க்கிறாள் என்று புரிந்தது. அவள் என் தோளில் சாய நான் அணைத்துக்கொண்டேன். அவளைச் சுற்றிலும் மனதைக் கிறக்கும் மல்லிகையின் நறுமணமும் அவள் உடலில் என் உடல் பட்ட இடமெல்லாம் வியர்வையின் ஈரமும்.

'என் அக்காவைப்போல நினைச்சித்தான் நான் உன் மேல சாஞ்சிக்கிறேன். ப்ளீஸ்', என்றாள். என்னைவிட ஐந்து வயதாவது அதிகம் இருக்கும் அவளுக்கு.

'பரவால்ல சுதா. நீ பெரிய ஆளு. எவ்வளவு வாசிக்கிற. நீ எப்படியும் ஒரு நாள் பெரிய எழுத்தாளரயிடுவன்னு எனக்குத் தோனுது. இந்தப் பொறுக்கிப் பசங்களுக்காகவா கலங்குற. துணிச்சலா இரு. காலையில நிலம மாறிரும். விடிஞ்சிட்டா இவங்களால ஒன்னும் பண்ணமுடியாது.'

'அப்படியாக்கா சொல்ற. நான் எழுத்தாளர் ஆயிருவேனா,' என்று என்னைத் தன்னிலிருந்து விலக்கிப் பிடித்தவள்,

மீண்டும் முன்னைவிட இறுக்கமாக அணைத்துக்கொண்டாள். அவள் உடல் தசைகள் உருவத்திற்குச் சம்பந்தமேயில்லாமல் மென்மையாக இருந்தன. ‘அடி என் செல்ல அக்காவே’, என்று அவள் சொற்கள் மட்டும் என் காதில் விழுந்ததைக் கேட்டேன். இப்பொழுது மீண்டும் உடல் குலுங்கிக் குலுங்கி அழுதாள்.

‘எனக்கு ஒரு நல்ல புருஷன் வேணும்னு நெனைச்சேன்க்கா. அப்படி ஒரு பசப்புக்கா இவன்கிட்ட. இவன எப்படிக்கா நான் காதலிச்சிட்டேன். இவனப் போயா நாமக்காதலிச்சோம்னு காலம் பூரா ஒரு வேதனை உருக்குமேக்கா’, என்று தொடர்ந்து கொண்டே இருந்தாள். அழுதுகொண்டிருக்கும் போதே அந்த ஆண்கள் நின்ற இடம் நோக்கித்திரும்பிப்பார்த்தேன். அங்கே இப்பொழுது யாரும் இல்லை.

ராகுலுடனான மனமுறிவுக்கு மருந்து போல சுதாவின் அணைப்பு இருந்தது. இதைச் சுதா உணர நியாயமில்லை. ராகுலும் நானும் தான் இந்த ஆவணப்படப்பதிவுக்குச் சேர்ந்து வருவதாயிருந்தது. நான் அவனை ஏமாற்றுவதாகவும் அவன் என்னை ஏமாற்றுவதாகவும் மாறி மாறிச் சொல்லிக்கொண்டோம். உண்மையில் சுதாவைப் போலவே தான் நானும். என் உடலை அவன் ஒருவனுக்கே கொடுக்கவேண்டும் என்று நினைத்திருக்கிறேன். தன் குற்றத்தை மறைக்க எனைக் குற்றம் சாட்டும் நடவடிக்கையில் ஈடுபட்டான். ராகுலுக்கும் மதுவுக்கும் நீண்ட நாளாகவே உறவு இருந்திருக்கிறது. ஏன் இப்படி இரட்டைத்தனம். அவளுடன் அவன் பழகுவதென்றால் என்னிடம் ஏன் மறைக்கவேண்டும். ஒரு பக்கம் என்னிடம் ஈடுபட்டுக்கொண்டே, இன்னொருவருடன் பழகுவதை மறைக்கும் ரகசியம் மனிதருக்கு ஏன் தேவைப்படுகிறது. என் மனம் வெறிச்சிட்டு, அழுவதைக் கடந்திருந்தது.

அதிகாலையை நெருங்க நெருங்க அந்த வெளியே கொந்தளிப்பானதாக மாறிக்கொண்டிருந்தது. இரவின் பாலியல் மர்மங்கள் நிறைந்த கிசுகிசுப்புகளோ, கேலிகளோ, கூச்சல்களோ, வெடிச்சிரிப்புகளோ எதுவுமே இல்லாமல் அவிந்து போயிருந்தது போல இருந்தது சூழல். ஒரு பண்பாட்டின் வெளி முழுக்க முழுக்க பாலியல் கிளர்ச்சியும் ஆணிலிருந்து பெண்ணாக

உருமாற்றம் அடைவதின் வழியாக தன் மனவெளியில் நடக்கும் உணர்ச்சிகரமான பொங்குதல்களும், புறவாழ்வில் மோதலுறும் சங்கடங்களும் எனத் திடமான பாதையில் நடந்து கொண்டிருந்தனர் திருநங்கையர். பெண்ணிலிருந்து ஆணாக மாறுவோரையும் சந்தித்திருக்கிறேன். ஆணின் உடலில் பெண்ணுருக்கொள்வது தான் மிகவும் நுட்பமான பணி என்று எனக்குத் தோன்றியது. தன் உடலுக்குள்ளேயே தான் நுழைந்து நகைவேலைப்பாடு போல தன் உடலையே மாற்றுவது தான் ஆகப்பெரும் செயல். சிலருக்கு இது பாலியல் உணர்வு கலப்பது என்று தெரியாமல், கூட்டமாய் ஆடிப்பாடிக்கொண்டிருந்தனர். மகிழ்ச்சி என்ற உணர்வுக்கான ஒரு பொழுது என்ற அர்த்தத்தில் சில அரவாணிகள் கைவிரல்களில் மருதாணி அரைத்து அப்பிக்கொண்டு கைகளை விரித்து அசைந்தபடித் திரிந்து கொண்டிருந்தனர். வயல்வெளிகளிலும் தோட்டங்களிலும் சுற்றியுள்ள தோப்புகளிலும் பாலுறவுச்செயலில் ஈட்டுபட்டிருந்த இரவின் காட்சிகள் மெல்ல அருவம் கொண்டிருந்தன. ஒரு வித மயானக்காட்சி போல இருந்தது. பகல் வெளிறிப்போயிருந்தது. இரவில் ஒளிர்ந்து கொண்டிருந்த எல்லா வண்ண மின்விளக்குகளும் அவிந்துபோயிருந்தன. கூட்டமெல்லாம் எங்கே சென்று ஒளிந்தன என்றும் தெரியவில்லை. கிராமத்து மக்கள் கூடத் தம் வீட்டு வாசலில் நீர் தெளித்துக்கோலமிடாமல் அரவானின் களப்பலிக்கான துக்கத்தைக் கொண்டாடினர். மரங்கள் மூர்ச்சையடைந்திருந்தன. வானம் நீலம் இழந்திருந்தது. ஒரு பழைய கிராமமும் அதைச் சுற்றி வற்றிப்போயிருந்த புறம்போக்கு குளங்களும் ஏரிகளும் கரையிலும் பாதைகளிலும் மண்டிக்கிடந்த கருவேலம் புதர்களும் அரவானின் அமுதகளம் செல்லும் வழியில் இருந்த ஏரி மேட்டின் பாதையை ஒட்டித்திட்டாய் நிறைந்திருந்த நீர்வெளியும் சர்ரியல் வெளியை உண்டாக்கிக்கொண்டிருந்தன.

அரவான் உருவத்தின் ஒவ்வொரு பகுதியும் ஒவ்வோர் இடத்தில் செய்யப்படுகின்றன. ஒரே இடத்தில் செய்யப்படுவதில்லை என்பது மரபு. எல்லாவற்றையும் ஒன்றாய்க் கூட்டினால் அரவான் பிரமாண்டமாக வான் வரை நிமிர்ந்து அமர்ந்திருக்கும் ஓர் உருவமாக மாற, எல்லோருக்குள்ளும் அவன் பேருருக்கொண்டு, அவரிடமிருந்து கண்ணை அகற்றமுடியாத ஈர்ப்பை உண்டாக்கி

தேரில் நகரத்தொடங்கவும் தாலியறுத்த அரவணிகள் எல்லாம் அவருடனேயே அமுத களம் நோக்கிச் சென்றனர். எங்கேயோ கூட்டமாய் நாய்கள் கிளம்பி வயல்வெளியிலிருந்து பாய்ந்து வந்தன. ஒன்றையொன்று முந்திக்கொண்டு ஓடி தேரைத்தாண்டிச் சென்றன. கிராமத்தின் மரங்களூடே நகர்ந்து ஓலத்தைக் கிழித்துக்கொண்டு சென்றது தேர். அரவாணிகள் அரவானுக்காகத் துயருற்றுக் கலங்கிக்கதறினர். தம் எல்லாத் துயரையும் இழுத்துக்கொண்டு அந்தத்தேரின் பின்னால் பூட்டியது போல் தேர் திடமாகத்துயர் சுமந்த மரஇறுக்கத்துடன் நகர்ந்தது. அரவான் எந்தப்பக்கமும் திரும்பாத முகத்துடன் பலி தரும் களம் நோக்கிச் சென்று கொண்டே இருந்தான். ஐந்நூறு ஆண்டுகளாய்ப் பலி பாடியும் தீராத துயரும் வீரமும் போர் மூர்க்கமும் கொண்டிருந்ததை அரவான் தனக்குள் எங்கேயோ மிகவும் விரும்பியிருக்கவேண்டும். ஊருக்குவெளியே ஒற்றையடிப்பாதையாய் நீண்ட புறச்சாலையில் உருண்ட தேர் இடது புறமாய் வளைந்து ஏரியின் மேடான பகுதியைச் சேரவும் அந்த நாய்கள் எல்லாம் ஏரியின் பாதையில் தேருக்கு முன்னே பாய்ந்தன. வானத்தில் இப்பொழுது ஆங்காங்கே வெள்ளைத்திட்டாய் மேகங்கள் படிந்தன. ஏரியில் திட்டாய்த் தங்கியிருந்த நீரில் மேடேறிய நாய்களும் தேரும் அரவானும் வெள்ளை உடுத்திய அரவாணிகளும் தலைகீழாய்த் தெரிந்து பிம்பங்களைப் பெருக்கி நாடகத்தைக் கிடைத்த எல்லா வெளிகளிலும் நிகழ்த்திக்கொண்டிருந்தனர்.

காகிதாப்பூவுன்னு கண்மூடிப் போனீரோ என் ராசாவே
வாடாமல்லின்னு பேசாமல் போனீரோ நானும்
அப்பனுக்கு வேப்பங்காய்
அண்ணனுக்கு எட்டிக்காய்
ஊருக்கு திருஷ்டிக்காய்
உனக்குமா வேப்பங்காய்

பாடலை ஒப்பாரியாய்ப் பாட அந்த இடமே சொல்லொணா துயரத்தின் சங்கை எடுத்து ஊதுவது போல ஓர் இறுக்கம். அமுதகளத்தில் அரவானின் தலை இறக்கப்பட்டு அடக்கம் செய்யப்படும் போது, இன்னும் அதிகமாய் அரவாணிகள் தம் மார்பில் அடித்துக்கொண்டு அழுதனர். சொல்லாத சோகம்,

தந்த சோகம், தராத சோகம், எட்டாத சோகம், எரிந்த சோகம், வாடாத சோகம், வாடிய சோகம் எல்லாமே குரலெடுத்தன. அமுதகளத்தில் அரவான் அடக்கம்பெற்றதை அகிலன் தொடர்ந்து படம் எடுத்துக்கொண்டிருந்தான். அவன் முகத்தில் களைப்பு மேலிட்டிருந்தாலும் அரவாணிகளின் சோகம் அவனையும் தாக்கியது போல் இரண்டறக்கலந்திருந்தான். நான் அவர்களின் பாடலை ஒலிப்பிழை இல்லாமல் பதிவு செய்வதில் தொடர்ந்து ஈடுபட்டேன். நாடகார்த்த உணர்வின் உச்சத்தை அடைந்தது போல் பாரதப்பொழிவு முடிந்து பலிச்சோறு வழங்கப்படவும் தேர் இழுக்கப்பட்டது. சற்றைக்கெல்லாம் கோவிலின் பூசாரி முன்னால் எங்கிருந்தோ வந்த பெண்கள் பூசாரியின் கையால் தாலியறுத்துக்கொண்டனர். எல்லோரும் வெண்ணிற உடைக்கு மாறியிருந்தனர்.

அரவானின் தலை மிகப்பிரமாண்டமாக இருந்தது. எல்லோரின் பார்வையும் அரவானை நோக்கி இருக்கும்படியான முகவெட்டும் திருத்தமும் கொண்டு இருந்தது. சுதாவைத் தேடினேன். கூட்டத்தில் எங்குமே தென்படவில்லை. அழுகையும் ஓலமும் அவ்விடத்தை இருக்கவொண்ணாததாக மாற்றிக் கொண்டிருந்ததாகப்பட்டது. அரவாணிகளின் பாடல்கள் சொல் அழுத்தம் கூடி மனதில் கற்களைப் போல விழுந்து கொண்டே இருந்தன. பன்னிரண்டு மணிக்கே சூழல் வெறித்து ஆங்காங்கே வெகு சிலரே தென்பட நானும் அகிலனும் கிளம்பினோம். ஃபோனை எடுத்துப்பார்த்தேன். ராகுலிடமிருந்து ஒரு செய்தி கூட இல்லை. பேருந்தில் ஏறியதுமே தூங்கிப்போனேன். அரவானின் தலையை மடியில் போட்டு அழும் தலைவிரி கோல சுதா தோன்றி மறைந்தார். பல்லாவரம் வரவும் தான் விழிப்பு தட்டியது. அகிலன் கிண்டியில் இறங்கிக்கொள்வதாகக் கூறினான். வீட்டிற்கு வந்ததும் குளித்து சாப்பிட்டுவிட்டு இழந்த உறக்கத்தை மீட்க மீண்டும் தூங்கினேன். அடுத்த நாள் காலைதான் எழுந்தேன். கேமராவில் பதிவு செய்யப்பட்டவற்றை எல்லாம் சேமித்துவைப்பதற்காக எடுத்தேன். எதுவுமே பதிவாகாமல் இருந்தது. திக்கென்று நெஞ்சம் வெறுமை கொண்டது.

‘நேத்து கூவாகம் தான் போயிட்டு வந்த? இங்க பாரு. யாரையோ கொன்னு போட்டுருக்காங்க’ என்ற அம்மா

கையிலிருந்து நியூஸ்பேப்பரை வாங்கினேன். அரவானின் தலை உருவிலேயே தூர வயல்வெளியில் கிடந்த சுதாவின் தலை.

–

பூநீறு

விடுதியிலிருந்து எல்லோருமே ஊருக்குக்கிளம்பி விட்டார்கள். நான் விடுதிச் செயலாளராக இருந்ததுடன் இந்த விடுமுறைக்கு வேறு திட்டமும் இருந்ததால் காத்திருந்தேன். சமையல்கூடத்தின் தலைவர் கணக்கு நோட்டுப்புத்தகத்தை எடுத்துவந்து என்னிடம் கையெழுத்துப் பெற்றுக்கொண்டார். 'கேட்ட எப்ப பூட்டுப் போடலாம்னு சொல்லும்மா', என்றார். 'ஏன் ஊருக்குப் போறீங்களா?', என்று கேட்டேன். 'இல்லை. உள்ளத்தான் இருப்பேன். கேட்ட சாத்திட்டா டூட்டி முடிஞ்சிது. அக்கடான்னு கிடக்கலாம்', என்றார். அவர் மூன்று ஆள் தடிமனுக்கு இருப்பார். அன்பாகவும்கரிசனமாகவும்எந்தநேரத்தில்மாணவிகள்பசியுடன் வந்தாலும் உணவு இல்லையென்றாலும் எதையாவது உடனே தயாரித்துக் கொடுத்துவிடுவார். விடுதியில் அப்படியெல்லாம் சட்டமில்லை. இந்த விடுதி தொடங்கிய காலத்திலிருந்து இங்கே அரசாங்க ஒப்பந்த அடிப்படையில் வேலைபார்ப்பவர். காலை தேநீரிலிருந்து பொங்கல், மதிய உணவு, மாலை தேநீர், நொறுக்குத்தீனி, இரவு சிற்றுண்டி வரை அடுத்தடுத்து சமையலறையிலிருந்தே புழுங்கி வேலைபார்ப்பவர். இருநூறு மாணவியருக்குத் தேவையான வசதி என்று எதுவுமே இல்லை. அளதச் சூழலில் எல்லோருமே வாழப்பழகிக்கொண்டோம் என்று தான் சொல்லவேண்டும். நான் ஊருக்குச் செல்லாமல் பேராசிரியர் சொர்ணாவுடன் சிவகங்கைக்குச் சென்று பூநீறு சேகரிக்கலாம் என்று திட்டமிட்டிருந்தேன். அவருக்கு ஊர் தூத்துக்குடி. 'என்ன வரீயா? நிறைய மருந்து செய்ய அது தேவைப்படுது. எப்பவும் அதச்சேக்கனும் நினைச்சி கடைசில,

அவசரத்துல மருந்த முடிச்சிரேன்', என்றார். அவர் அதிகமாகப் பேசமாட்டார். 'வரீயா?', என்றால் 'வா', என்று தான் அர்த்தம். அவர் வீட்டில் தங்கச்செல்லும் அந்த ஏற்பாடு மட்டும் எனக்குப் பிடிக்கவில்லை. எனக்கு யார்வீட்டிலுமே தங்கப்பிடிக்காது. எங்கு தங்கினாலும் விடுதி போலவே தான் தோன்றும். அதற்கு விடுதியிலேயே தங்கிக்கொள்ளலாம்.

நெல்லை ஜங்சனிலிருந்து கிளம்பினோம். அதிகமாகப் பேசாத பேராசிரியை. மிகவும் கண்டிப்பானவர். கனிம உலோகங்களில் எல்லாம் மருந்து செய்து ஆய்விற்கு உட்படுத்துபவர். அவர் தான் எனக்குத் தெரிந்தவரை சித்தமருத்துவர்களிலேயே அச்சமின்றி உலோக மருந்துகள் செய்து நோயாளிகளுக்குக்கொடுப்பவர். மாசி பௌர்ணமி அன்று தான் அந்த பூநீறைப் பெறமுடியும். பாடங்களிலும் வகுப்புகளிலும் மட்டுமே கேள்விப்பட்ட அந்த பூநீற்றை நேரில் கண்டு சேகரிப்பதின் அனுபவத்திற்காகவே அவருடன் செல்ல விரும்பினேன். அவருடன் செல்வது மிகவும் பெருமையானதும் கூட. அவர் மீது என் உடலின் மீது எதுவும் பட்டுவிடாத படி விளிம்பில் உட்கார்ந்திருந்த போதெல்லாம் 'நல்லா உக்காரு', என்று கண்டிப்பான குரலில் சொன்னார். என்றாலும் அவர் எல்லோருக்கும் சிம்ம சொப்பனம். அவருடன் இப்படி பயணித்தால், அவருக்கு மருந்து செய்வதில் உடனிருந்தால் மதிப்பெண்கள் கிடைக்கும் என்று எல்லோரும் நம்பினார்கள். உண்மை அதுவன்று. சென்ற ஆண்டு, அவர் பாடத்தில் என் மதிப்பெண்கள் குறைந்து தோல்வியுற்றிருந்தேன். ஏனென்ற காரணம் எனக்குத் தெரியவே இல்லை. எனக்குப் பிடித்த பாடம், சிரமமில்லாத பாடம். செய்யுள்களையும் மருந்துகளையும் அரிச்சுவடி போல அறிந்துவைத்திருந்தேன். அந்தப்பேராசிரியை வகுப்பெடுத்த பாடம். என் மீதுள்ள பிரியத்தில் மறு மதிப்புக்கு ஏற்பாடு செய்யக்கேட்கலாம் என்று அவர் அறையில் தனியாக இருக்கும் நேரத்தில் காத்திருந்து உள்ளே சென்றேன்.

'சொல்லும்மா. என்ன ஆளையே காணோம்', என்றார்.

நான் தயங்கி நின்றேன். நின்ற சில நொடிகளுக்குள் என் கண்களிலிருந்து கண்ணீர் கொட்டியது. என்னைவிட குறைவாக மதிப்பெண் எடுப்போர் கூட ஐந்து, பத்து மதிப்பெண்கள்

என்னைவிட அதிகமாய் எடுத்திருந்தனர். அவமானம் என்னைத் தின்றது. மாதிரித்தேர்வில் நான் தான் இரண்டாம் மதிப்பெண் எடுத்திருந்தேன். நான் அழுவதைப் பார்த்தும் அவர் ஒன்றும் அதைப் பொருட்படுத்தவில்லை. ‘இப்ப என்ன. இரண்டாவது தடவ எழுதினா இன்னும் மருந்தும் ஞானமும் நல்லா மனசுல பதியும். பாத்துக்கலாம். இதெல்லாம் ஒரு விசயமில்லை. பூநீறு சேகரிக்கனும். அவசரமா ஒருத்தருக்கு ஓணான் சுடர்த்தைலம் தேவைப்படுது. ஒரு ஓணானைப் பிடிச்சிட்டுவா. நான் வந்துரேன்’, என்று என்னை ஓணான் பிடிக்கும் அடுத்தப்பணிக்கு அனுப்பிவிட்டு, நான் வருவதற்குள் மருந்துசெய்யும் கூடத்திற்கு வந்துவிட்டார். ஓணானை என் கையிலிருந்து வாங்கி பிளேடை வைத்து அதன் தலையின் கீழே அறுத்துக் கொன்றார்.

உள்ளே இருப்பவற்றை வெளியே நீக்கிவிட்டு, பூண்டு சுத்திகரித்த வீரம், ரசக்கற்பூரம், லிங்கம், தாளகம், மனோசிலை, வெள்ளைப்பாடாணம், கந்தகம், துருசு, நவச்சாரம், நேர்வாளம், வெங்காரம் எல்லாவற்றையும் கூட்டி அரைத்துப் பொதிந்து வேப்பெண்ணைய் ஊற்றி எரிக்க சுடர் சுடராய்த் தைலம் இறங்கும். இந்தத் தைலம் வலிப்பு நோய்க்கு ஈடு இணையில்லா மருந்து. வழக்கமான புறமருந்தும் அன்று. ஐந்து முதல் பத்துச் சொட்டுகளாய் பாலில் சேர்த்து தினம் இரண்டு வேளை கொடுக்கக் குணமாகும். அதுவும் என் ஆசிரியர் செய்யும் மருந்து தீயவிளைவுகளை ஏற்படுத்தாது. முன்பு சொன்னேனே சுத்திகரித்த என்று, அந்த அத்தனைத் தாதுக்களையும் மிகுந்த கவனத்துடன் சுத்திகரித்துக் கொடுப்பதால் அது அருமையான மருத்துவக்குணத்தைத் தன்னகத்தே வைத்துக்கொள்ளத்தக்கதாக மாறும். தைலத்தை இறக்கி அதைப் புட்டியில் எடுத்துக் கொடுத்து வேலையெல்லாம் முடித்த பின்பு தான் பாடத்தில் தோல்வியுற்றது நினைவிற்கு வந்தது. அவர் சொன்னக்காரணத்தில் நான் கொஞ்சமாய்ச் சமாதானம் அடையத் தொடங்கியிருந்தேன். மாலைக்கு முன்பாகவே பூநீறு விளையும் அந்தப் பூமியை அடைந்துவிட்டோம். தமிழ்நாட்டில் இங்கே மட்டும் தான் இந்தச் சிறந்த மூலப்பொருளான பூநீறு கிடைக்கிறது. அதுவும் அந்தக்குறிப்பிட்ட நாட்களில் தான். மாசி, பங்குனி, சித்திரை மாதங்களில் வரும் முழு நிலவு இரவிற்குப் பின்பான அதிகாலையில் நிலமெங்கும் பூநீறு பூத்திருக்கும்.

அதைக் கையால் எடுக்காமல் பனை ஓலைகளால் சேகரித்து எடுத்துக் கொள்ளவேண்டும். பூமியிலிருந்து பூப்பதால் பூநீறு ஆயிற்று. சிவகங்கையில் மட்டும் இது கிடைப்பதற்குக் காரணம் இங்கு தான் அதிக உவர்த்தன்மையுள்ள நிலம் இருக்கிறது. சதுப்பு மண். இடியினால் விழுந்து மண்ணில் புதைந்த அண்டக்கற்கள் இரண்டு அடிக்கு மேல் ஆழத்தில் புதைந்து கிடக்கும். இந்த உவர்த்தன்மையுள்ள நிலத்தின் கீழ் உள்ள அந்த அண்டக்கற்கள் சந்திரனின் அதிகக் கதிர்வீச்சு உள்ள இந்த நாட்களில் பூரித்து பூமிக்கு மீது எழுந்து பூத்துக்குச்சிக்குச்சியாகவோ, கொக்கினைப் போன்றோ பொங்கிக்காணப்படும். குச்சியாகக்காணப்படுவது ஆண் பூநீறு என்றும் கொக்கினைப் போன்று எழுந்து நிற்பது பெண் பூநீறு என்று அறியப்படுகிறது. தமிழ் மருத்துவத்தில் எல்லா மருந்துகளுமே ஆண், பெண் என்ற பாலியல் தன்மை கொண்டு பிரிக்கப்பட்டிருப்பது, அண்டத்தில் உள்ளதே பிண்டம், பிண்டத்தில் உள்ளதே அண்டம் என்ற தத்துவத்தை நிறுவும். சூரியக்கதிர் வீசும் முன்பாக இவற்றைச் சேகரித்துவிட வேண்டும். இல்லையென்றால் மண் தன் பூத்தன்மையை இழந்து வெறும் உவர்மண்ணாகக் காணப்படும். சில சித்தர்கள், பூநீறு விளையும் மண்ணை தாய் எனவும், விளைவிக்கும் சந்திரனைத் தந்தை எனவும் குறிப்பிடுவர். திருவள்ளுவரின் ஞானவெட்டியான் நூல் தான் பூநீற்றின் மகத்துவத்தைக்கூறும் முக்கியமான நூல். குறிப்பாக, வயிற்றுக்குன்ம மருந்துகளுடன் சரும மருந்துகளுடன் பத்துமுறை காய்த்துச் சுத்தி செய்த பூநீற்றைச் சரியான அளவில் சேர்த்துக்கொடுத்தால் தீராத நோயும் தீரும் என்பார் திருவள்ளுவர். பேராசிரியர் இதைத் தொகுப்பாகச் சொல்லாமல் போகிறபோக்கில் பேச்சுவாக்கில் சொல்லிக்கொண்டே வந்தார். ஒவ்வோர் ஆண்டும் இவ்வாறு வருவது வழக்கம் தான். தொடரும் ஆண்டு செய்யும் எல்லா மருந்துகளிலும் அதைப் பயன்படுத்திவிடுவார். எல்லோரும் மூலிகைகளிலும் சீவப்பொருட்களிலும் தான் மருந்துகள் செய்வதில் ஆர்வம் காட்டுவார்கள். என் பேராசிரியை தாதுப்பொருட்களில் அதிக ஆர்வம் கொண்டு இதுவே முழுநேரமும் சிந்தனையாக இருப்பவர்.

சிவகங்கை சென்று இறங்கியதும் தான் தெரிந்தது, அவர் சரவணனையும் மகாவையும் வரச்சொல்லியிருக்கிறாரென்று.

மகாவுடன் நான் சண்டையிட்டிருந்தேன். பெண்களிடம் கொஞ்சம் கிண்டலாகவும் அவமதிக்கும் முறையிலுமே அவனால் பழகமுடியும். நான் அவருடன் வருவதை இருவருமே அறிந்திருந்தார்கள் என்பதை அவர்களை அங்கு பார்த்தவுடனேயே தெரிந்துகொண்டேன். சரவணன் என்னைப்பார்த்துச் சிரித்தான். மகா, முகத்தைத் திருப்பிக்கொண்டான். முழு மனநிலையும் மாறி ஓர் இறுக்கம் என்னைத் தழுவியது போன்று இருந்தது. பூநீற்றைச் சேகரித்ததும் தூக்கிச் சுமக்கும் பணிக்காகப் பேராசிரியர் அவர்கள் இருவரையும் அழைத்திருக்கிறார். கனவும் உடலின் உல்லாசமும் கலைந்து தீவிரம் பற்றிக்கொண்ட முகத்துடன் இருந்தேன். நேரே அந்தச் சமவெளிப்பகுதிக்கே சென்றோம். புற்களோ, புதர்களோ, மரங்களோ அந்த உவர்மண்ணில் காணப்படவே இல்லை. சமவெளியாகவே இருந்தது. குன்றும் மேடுமாக இருந்தது. பேராசிரியர் எதையுமே இது இப்படி என்று விளக்கவே மாட்டார். கண்ணால் காணவும் உணரவும் உணர்ந்து செயல்படுவதுமே மருத்துவம் என்பார். அதற்குப் பின் நால்வரும் ஒரு லாட்ஜ் சென்றோம். ஆளுக்கொரு தோசைக்குப்பின் தேநீர் அருந்தினோம். நானும் பேராசிரியரும் ஓர் அறையில் தங்கிக்கொள்ள, சரவணனும் மகாவும் இன்னோர் அறையில்.

இரவு முழுவதும் தூக்கமும் விழிப்புமாக இருந்தது. நான்கு மணிக்கே லாட்ஜிலிருந்து கிளம்பிப் பூநீறு விளையும் இடத்திற்குச் சென்றுவிடத்திட்டம். குளிரூட்டிய அறை என்பதால் உறக்கத்திற்குள் செல்ல மிகவும் சிரமப்பட்டேன். உறங்கிவிட்டது போன்ற நிலையில் விழிப்பு தட்டியது. பேராசிரியர் குறட்டையுடன் தூங்கினார். ஜன்னல் வழியாக வந்த சிறிய சதுர நிலவொளி மனதின் ஆழங்களுக்குச் சென்று அங்கே தளும்பிக்கொண்டிருக்கும் காதல் என்னும் நீர்மத்தைத் தொட்டது. மகாவும் நானும் காதலர்கள் என்று அந்தக் கல்லூரிக்கே தெரிந்திருந்தது. சில நாட்களாக மகாவின் நடவடிக்கைகளில் மாற்றத்தை உணர்ந்திருந்தேன். வழக்கமான எங்களுடைய சனிக்கிழமை சந்திப்புகளையும் வாரம் ஒரு முறை திரைப்படம் சென்று வரும் திட்டங்களையும் தவிர்த்துவந்தான். பின்பு தான் கலைச்செல்வி சொன்னாள், அவனை இளம் வகுப்பு மாணவி சந்திராவுடன் மகாவைத் திரையரங்கில் பார்த்ததை. மனம் கசந்தது. அதற்குப் பிறகு நானும்

மகாவைத் தவிர்க்கத்தொடங்கியிருந்தேன். அன்று வகுப்பில் நான் மட்டும் தனியாக உட்கார்ந்து எழுதிக்கொண்டிருந்தேன். வகுப்புகள் தொடங்க இன்னும் பத்து நிமிடங்களுக்கு மேல் இருந்தன. விடுதி அறையில் இட நெருக்கடி இருந்ததால் சீக்கிரம் கிளம்பி வகுப்பிற்கு வந்துவிடும் வழக்கம் இருந்தது. மகா, நான் தனியாக அமர்ந்திருப்பதைப் பார்த்து உள்ளே வந்தான். என் அருகில் உட்கார்ந்தான். மெல்ல நெருங்கி என் கன்னத்தில் முத்தமிட்டான். அவனை உதறித் தள்ளினேன். சற்று தீவிரத்துடன் என் அருகே வந்து என் உதடுகளில் அழுத்தமாக முத்தமிட்டான். அவன் இருகைகளும் என் கழுத்தைப் பற்றியிருந்தன. நான் திமிறி அவனை உதறித்தள்ளுவதை அவன் எதிர்பார்க்கவில்லை. அவன் முகம் சிவந்திருந்தது. என் கண்கள் சிவந்து கோபத்தில் கண்ணீர் கொப்பளிக்கும் மூர்க்கத்தில் இருந்தன. எழுந்து வேகவேகமாக பிரின்சிபல் அறைக்கு நடந்தேன். முதல்வர் அறையில் இருந்தார். 'சொல்லு, சொல்லு', என்பதாய்த் தலையசைத்தார் முதல்வர். அங்கே நின்று கொண்டிருந்த அவருடைய செயலாளரைப் பார்த்தேன். உடனே முதல்வர் அவரைப்பார்க்க, செயலாளர் வெளியேறினார். 'மகா, என்ன வலுக்கட்டாயமா முத்தமிட்டான். கம்ப்ளெயிண்ட் கொடுக்கனும் எனக்கு'. முதல்வர் என்னை விசித்திரமாகப் பார்த்தபடியே ஒரு வெள்ளைக்காகிதத்தை என்னிடம் நீட்டினார். வேகவேகமாக எழுதி, முதல்வரை நடவடிக்கை எடுக்கும்படிக் கேட்டுக்கொண்டேன். முதல்வர், மகாவையும் என்னையும் ஒரு சேர அழைத்து விவாதிக்க ஒரு குழுவை நியமித்தார். அந்த நாள் வகுப்புகள் எதுவுமே நடக்கவில்லை. இருதரப்பு பெற்றோரும் கல்லூரிக்கு வரவேண்டுமென்று கடிதம் எழுதிக் கையொப்பமிட்டார் முதல்வர். சம்பவம் தீவிரமெடுத்தது.

மகா, கலைச்செல்வி வழியாக என்னைத் தனியாகச் சந்திக்க முயற்சித்தான். நான் எதுவென்றாலும் முதல்வர் முன்னிலையிலேயே சந்தித்துக்கொள்வோம் என்று தவிர்த்துவிட்டேன். அன்று மாலை விடுதி மூடும் நேரத்திற்குச் சற்று முன்பாகச் சந்தைக்குச் சென்று அமுதாவுடன் திரும்பிக்கொண்டிருந்தேன். மகா என் பின்னாலேயே தொடர்ந்து வந்துகொண்டிருந்தான். 'அமுதா, ஒரே ஒரு தடவ என்கிட்டப் பேசச்சொல்லேன்', என்றான். அமுதா, என்னைக் கெஞ்சினாள். 'என்னன்னு தான் கேட்டுப்பாரேன்',

என்று என்னை அவனுடன் விட்டுவிட்டு விடுதிக்குள் நுழைந்தாள். விடுதி மூடும் நேரம் நெருங்க, எல்லோரும் வேகவேகமாக உள்ளே சென்று கொண்டிருந்தார்கள். அவர்கள் என்னைப் பார்த்தபடியே செல்வதையும் நான் உணர்ந்தேன். ‘அதான் பிரின்சிபல் முன்னாடியே பேசிக்கலாம்னு சொன்னேன்ல்ல’, என்றேன்.

‘நீ என்னைய எதுக்காகவோ பழி வாங்குற.’

‘இந்தமாதிரிப் பேசுறதுனால தான் பிரின்சிபல்கிட்ட பாப்போம்னு சொன்னேன்’, கிளம்ப இருந்ததும், ‘கொஞ்சம் பொறுமையா நான் சொல்றதக் கேளு மனோ’, என்றான்.

மனோன்மணி என்ற என் பெயரை அப்படிச் சுருக்கமாக அழைக்கும் ஒரே ஆள் அவன் தான். பேசாமல் நின்றேன்.

‘என் அப்பாவும் அம்மாவும் கூலி வேல பாக்குறவங்க. இப்படி நினைச்ச நேரத்துக்கு வர வசதியோ உடம்புல தெம்போ இல்லாதவங்க. நீ வாபஸ் வாங்கிக்கோ, ப்ளீஸ். நான் தான் அன்னைக்கே சாரி கேட்டுட்டேனில்ல.’

நான் பேசாமல் இருந்தேன். ‘சந்திராவோட தியேட்டர் போனது உண்மை தான். நாங்க மட்டுமே போகல. அவளோட ஃப்ரெண்ட்சும் தான் வந்துருந்தாங்க. சந்திராவோட எனக்கு ஒரு க்ரஷ் உண்டு தான். உன் மேலதான் எனக்குக் காதல். கற்பூரம் ஏத்திச் சத்தியம் பண்ணுறேன்’, என்று சொல்ல எனக்குச் சிரிப்பு வந்துவிட்டது. ஏனோ முன்பு இருந்த காதல் உறவைத் தொடர நான் தயாராக இல்லை. குற்றச்சாட்டை வாபஸ் வாங்கிக்கடிதம் கொடுத்தேன். முதல்வர் கிண்டலாகச் சிரித்தார். எங்களுடைய பகிரங்கமான காதல் விளையாட்டை அவரும் ரசித்தார் போல. நான் வெளியே வந்த போது, மகா நன்றி கூறிச் சிரித்தான். ‘இல்ல, இனி உனக்கும் எனக்கும் இடையில எதுவுமே இல்ல’, என்று சொல்லிவிட்டு அங்கிருந்து நடந்தேன். அதற்குப் பிறகு அவன் என்னை எங்குச் சந்திக்கமுயன்றாலும், என்ன பேசவந்தாலும் அவனைத் தெரியாதவள் போலவே கடந்து சென்றேன்.

அதற்குப் பிறகு இப்பொழுது தான் அவனைப் பார்க்கிறேன். பேராசிரியை முன்பு எதையும் காட்டிக்கொள்ள விரும்பவில்லை. ஆனால் அவரும் முழுவிவரத்தையும் அறிந்திருந்தார். அறிவிப்புப்

பலகையில் எல்லோரும் அறியும் படியாகவே என்னுடைய இரண்டு கடிதங்களும் ஒட்டப்பட்டிருந்தன. இரவின் ஒளி மகாவிற்காக நான் கண்டறிந்த எல்லா உணர்வுகளையும் உடல்மீது கொடிகளைப் போல வளரவிட்டுப் பின்னிக் கொண்டிருந்தது. அந்தப்படுக்கையுடன் என்னை எழவிடாமல் கட்டிப்போட்டிருந்தது. அந்தக் கொடியின் மீது ஆங்காங்கே நீல நிறப்பூக்களும் வெள்ளை நிறப்பூக்களும் மலர்ந்து செழித்திருந்தன. 'மனோன்மணி, எழுந்திரும்மா. நேரமாச்சு', என்று எழுப்பினார். நான் பதறி எழுந்து கிளம்பினேன். எல்லோரும் அந்த அதிகாலை நேரத்தில் ஓர் ஆட்டோவில் அந்த பூநீறு விளையும் பூமியை நோக்கிச் சென்றோம். காதோரம் வீசும் குளிர்காற்றும் எங்கெங்கும் வீசும் நிலவொளியும் எங்களுக்கிடையே சமைந்திருந்த அமைதியும் சொல்லவொணா புதிய உணர்வையும் அனுபவத்தையும் தந்தன. வழியில் ஓர் இடத்தில் ஆட்டோ டிரைவர் நிறுத்த தேநீர் அருந்திக்கொண்டோம். மகா, டிரைவர் அருகில் உட்கார்ந்திருக்க, நானும் பேராசிரியையும் சரவணனும் பின்னால் உட்கார்ந்து பயணித்தோம். மகா முன்பக்கம் இருந்த ரியர் வியூ மிரரில் தெரிந்த என் முகத்தையே பார்த்துக்கொண்டிருந்தான். அதை நான் உணர்ந்தும் தவிர்த்தே வந்தேன்.

மெல்ல மெல்ல வெளிச்சம் கூட பூநிறு வெள்ளை வெள்ளையாய் நிலமெங்கும் பூத்திருப்பதைப் பார்க்கக் களிப்பாக இருந்தது. மூங்கில் கரண்டியும் கிளிஞ்சலாலான கரண்டிகளும் வைத்திருந்தோம். ஆளுக்கொரு குப்பியில் பூநீற்றின் அடியில் இருக்கும் மண் இல்லாமல் அள்ளிச் சேகரித்தோம். எழுந்து உட்கார்ந்து களைக்கும் வரைச் சேகரித்தோம்.

கேளே நீ எடுப்பதற்கு வகையைச் சொல்வேன்
கிருபையுடன் அந்நிலத்தில் பனிவிழுந்தால்
தானேபார் நுரைபோலும் உப்புப்போலும்
தான்பூத்துக் கொண்டிருக்கும் கதிர்கா ணாமுன்
நாலேதன் காடியிலே எடுத்துப் போட்டு
நலமாக வேணுமட்டுஞ் சேர்த்துக்கொண்டு
கோளொன்று மில்லாமல் வெயிலில் வைக்க
கொடிய உப்புப் பூத்திருக்கும் பார்த்துக்கொள்ளே

என்ற வள்ளுவர் கற்பம் செய்யுள் நினைவிற்கு வந்தது.

சூரிய ஒளி தீவிரப்படும்போது அவை அப்படியே வெண்மை இழந்து மங்கிப்போயின. சேகரித்த குப்பிகளைக் கல்கார்க் போட்டு மூடினோம். எட்டு மணி ஆகவும் தான் களைப்பை உணரத்தொடங்கினோம். அந்த உவர்ச்சமவெளியின் மீது மேலே பறவைகள் ஆங்காங்கே பறக்க மேலே வானத்தில் வெண் மேகங்கள் திட்டுத்திட்டாய் மிதந்து கொண்டிருந்தன. லாட்ஜுக்குச் சென்று மீண்டும் சில மணி நேரங்கள் உறங்கிவிட்டு நெல்லை நோக்கிப்பயணித்தோம். மகாவும் சரவணாவும் எங்களுடனேயே திரும்பினார்கள். பூநீறு சேகரித்த மருத்துப் புட்டிகளை மருந்துக்கூடத்தில் வந்து சேர்ப்பித்துவிடும் பொறுப்பை ஏற்றிருந்தார்கள். விடுதி சென்று சேர எட்டு மணி ஆகியது.

விடுதியின் முன்பகுதியில் சமையல்கூடத்தலைவரோ யாரும் இல்லை. பூட்டு தொங்கியது. கேட்டின் ஓரத்தில் நீளும் சுற்றுச்சுவரை ஒட்டி நிற்கும் நுணா மரத்தில் பூக்கள் கொட்டிக் கொண்டிருந்தது. அதை ஒட்டி ஏறினால் மரத்தின் மறைவினால் யாரும் பார்க்கமுடியாது என்று ஏறி விடுதிக்குள் குதித்தேன். நாளை வரை விடுதிக்குள் இருந்து விட்டு அதற்குப் பிறகு என் அத்தை வீடு நாகர்கோவிலில் இருக்கிறது. சென்று அங்கே சில நாட்கள் கழிக்கத்திட்டம். மெல்ல நிழலைப் போல படியேறினேன். எங்கள் அறை சாவி சன்னல் மேலே ஓர் ஆணியில் தொங்கவிடப்பட்டிருந்தது. திறந்து உள்ளே சென்று மெழுகுவர்த்தியை ஏற்றினேன். மின்சாரவிளக்கை ஏற்றினால் உள்ளே ஆள் இருப்பது தெரியும், அல்லது விளக்கை அணைப்போம் என்றேனும் யாரும் வரக்கூடும் என்று நினைத்தேன். முகம் கழுவி உடை மாற்றிய சமயத்தில் கதவு தட்டப்படும் ஓசை கேட்டது. பகீர் என்று நெஞ்சில் மோதியது அந்தச் சத்தம். அமைதியாக இருந்தேன். சத்தம் தொடரவும் துணிவுடன் திறந்தேன். திறந்த வேகத்தில் மகா உள்ளே நுழைந்து கதவைச் சாத்தி, நான் கத்தக்கூடாது என்பதற்காக என் உதட்டில் தன் உதட்டைப் பதித்து முத்தம் பதித்தான்.

–

காலக்கனி

அந்தக்கனி சிவப்பாய் பளபளவென ஒரு சுண்டைக்காயின் அளவே இருந்தது. அதன் சதைப்பற்றும் நான் பார்த்த கனிகளிலிருந்து வேறுபட்டிருந்தமையும் அந்தக் கனியைப் பறித்து உண்ணத்தூண்டியது. இவ்வளவு உயரமான மலையின் உச்சியில் இருக்கும் அந்தப்பாறைக்கு நான் எப்படி ஏறி வந்தேன் என்பதும் ஆச்சரியமாக இருக்கிறது. மலை ஏறும் வழக்கமுண்டு. எத்தனையோ மலைகளுக்குக் குழுக்களுடன் ஏறியிருக்கிறேன். மனோவுடனும் ஏறியிருக்கிறேன். இன்னும் சொல்லப்போனால் அன்றைய நாளுக்கு ஏதும் திட்டமில்லை என்றால், ஊரின் அருகில் உள்ள மலையில் ஏறிவிடுவது எங்கள் இருவரின் வழக்கம். தனியாக எந்த மலையும் ஏறியதில்லை. இங்கிருந்து பார்க்கச் சூழ்ந்திருக்கும் பிற மலைகளும் பள்ளத்தாக்கும் அதன் அடர்ந்த பசுமையும் செழுமையும் என் உயரத்தில் மேகங்கள் மிதப்பதும் பார்க்கவொண்ணா அழகுடன் இருந்தன. சூரிய ஒளி விழும் திசையில் அந்த மேகங்களின் விளிம்புகள் சிவந்திருந்தன. புதிய உலகத்திற்கு வந்தது போலவே இருந்தது. கண்ணில் பட்ட பறவைகள் பறப்பது போலன்றி நீந்திக்கொண்டிருக்கின்றன. இந்த உயரத்தில் பறவைகள் இரை தேடவரப்போவதில்லை. தொலைவைக் கடக்க உயரம் வந்தே ஆகவேண்டும். வேறு நிலத்திற்கோ வேறு கண்டத்திற்கோ பறந்து செல்லும் பறவைகளின் வானம் போல விசாலமான வெளி.

மீண்டும் என் பார்வை அந்தக் கனிக்குச் சென்றது. முன்னிலும் வசீகரமான ஒரு வண்ணமும் இச்சையை எழுப்பும்

அமைப்பும். அந்தச் செடியில் ஒரே ஒரு கனி தான் இருந்தது. அது போல் வேறு கனி இருக்கிறதா என்று சுற்றுமுள்ள புதர்களில் கைகளாலேயே விலக்கித் தேடினேன். ஒன்று கூட இல்லாமலிருந்தது ஆச்சரியமாய் இருந்தது. ஏதேனும் நஞ்சுக்கனியாக இருந்துவிட்டால், அதுவும் இந்த உயரத்தில் சாப்பிட்டுவிட்டுப் பிழைக்கவே இயலாது. சூரிய ஒளி பட்டு ஒரு மேடான செழுமையும் அதன் மீது பரவத்தொடங்கியிருந்தது. எங்கிருந்தோ நீர்விழும் சத்தம் கேட்டுக்கொண்டிருந்தது. அருகில் அல்லது நான் நின்றுகொண்டிருக்கும் இந்த மலையின் சரிவிலிருந்து அருவி விழுந்து கொண்டிருக்கவேண்டும். எதிரே மலைகள் மீதெல்லாம் வெண்கோடு கீழ்நோக்கிச் சென்று பசுமையான காட்டின் தலையில் மறைந்து போவது தெரிந்தது. அந்தக்கனியைப் பறித்தேன். உள்ளங்கையில் அதைப்பார்த்தேன். மீண்டும் ஒரு முறை இதை இவ்வடிவில் பார்க்கமுடியாது என்ற உணர்வுடன் பார்த்தேன். வாயில் போட்டுச்சுவைத்தேன். இனிய சுவையும் அவசரமாய் விழுங்காமல் வாய்க்குள்ளேயே வைத்திருக்கும்படியாகச் சுரந்த உமிழ்நீரும் விருப்பமான மணமும் எழுந்தது. மிகச்சிறிய பழமே.

பழத்தைத்தின்று விழுங்கியவுடனேயே என்னைச் சுற்றியுள்ள உலகம் எல்லாமே மறைந்து மங்கிப்போய்விட்டன. ஒரு பழைய கால, தொன்மையான மருத்துவமனையில் நின்று கொண்டிருந்தேன். என் கையில் குங்கிலிய மணம் வீசும் ஒரு தைலக் குப்பி இருந்தது. மருத்துவமனையின் தாழ்வாரங்களில் எல்லாம் இருள் விழுந்து தொன்னூறுகளின் காலத்தையும் இன்று நாம் பயன்படுத்தும் மின்சாரத்தில் பாதியளவு ஒளியையுமே கொண்டிருந்தன. என்னைக்கடந்து சென்ற நாற்பது வயதுப் பெண், ‘தாத்தா உங்களுக்காக வெயிட் பண்ணிக்கிட்டு இருக்கார்’, சொல்லிவிட்டுப் பதிலுக்குக் காத்திராமல் கடந்து சென்றாள். நான் முன்னால் நகர்ந்ததும் அந்தத் தாத்தா மிகுந்த எதிர்பார்ப்புடன் என் முன்னே கால் நீட்டிப்படுத்தார். அவர் இடது பக்கக்காலும் கையும் பக்கவாதத்தில் இழுபட்டிருந்தன. நான் தைலத்தை அவர் கை மீது ஊற்றி வலுவாகத் தொக்கணம் செய்யத் தொடங்கினேன். அவர் எதுவுமே பேசவில்லை. என் கைகளுக்கும் அவர் கைக்கும் இடையில் சூடு எழும்பும்

வரை தொடர்ந்து நீவிக்கொண்டிருந்தேன். கட்டைவிரலால் முன்னோக்கி நீவினேன். மொத்தமாய் இருகைகளையும் குவித்து கையின் இருபுறமும் பிடித்து இழுத்தேன். பின் கால் மீது தைலத்தை ஊற்றினேன். தொடையிலிருந்து கீழே வரை இழுக்க, ஒருமணி நேரத்திற்கும் மேல் ஆயிற்று. தொடக்கத்தில் இறுக்கமாக இருந்த அவருடைய முகம் மெல்ல இளகிக் கனிந்தது. தொடர்ந்து இருவாரமாக நான் இவ்வாறு செய்துகொண்டிருக்கிறேன். அந்த நாற்பது வயதுப் பெண், 'நீங்க எழுந்து நடங்க, தாத்தா. அவங்களும் விடாம எத்தனை நாளுக்கு நீங்களே கதின்னு இருக்காங்க. உங்கள எழுந்து நடக்கவைக்கிறதுன்னு சத்தியம் கொடுத்துருக்காங்க'. அங்கே வெளியே வீசிய காற்று சன்னல்கள் வழியாகவெல்லாம் உள்ளே வீசி மருத்துவமனையின் மேசைகளில் வைத்திருந்த சில பொருட்களைக் கீழே தள்ளியது. தாத்தாவின் படுக்கைக்குப் பின் தொடர்ந்து நிறைய படுக்கைகள் இருந்தன.

தாத்தா படுக்கையிலிருந்து இறங்கினார். மெல்ல இடது கையை வலது கையால் நீட்டிவிட்டு வலது காலை கீழே வைத்துப் பின் இடது காலையும் கீழே வைத்து நடக்கத் தொடங்கினார். இன்று வழக்கமாய்த் தேவைப்படும் அந்த நாற்பது வயதுப்பெண்ணின் துணை அவருக்குத் தேவையாயில்லை. விழுந்து நேரே தாழ்வாரத்தை நோக்கி நடந்து வெளி உலகத்தைத் தனியாகப்பார்த்து நின்றவர் போல நின்று கொண்டிருந்தார். அவர் மீது பலத்த காற்று வீசியது. வேட்டியைத் தூக்கியது. அவர் அந்தக்காற்றை உடலுக்குள் இழுத்துக்கொள்வதைப் போல காற்றை எதிர்த்து அங்கேயே நீண்ட நேரம் தனியே நின்று கொண்டிருந்தார்.

பின் காலை, பத்து மணி இருக்கும், ஒரு நல்ல நாள் போல வாழ்க்கையிலேயே மிகவும் முக்கியமான நாள் போல இருந்தது. காலையில் எழுந்து வீட்டின் பின்புறம் இருக்கும் வேப்பமரத்தின் அடியில் இருக்கும் நாற்காலியில் உட்கார்ந்து காபி அருந்திக் கொண்டிருந்தேன். எதிர்ப்புறம் இருந்த மாமரத்தினூடாகச் சூரிய ஒளி சீறிப்புன்னகையுடன் வந்து என் மீது விழுந்து கொண்டிருந்தது. ஆரஞ்சு வண்ண ஒளி. இலைகளினூடாக வந்ததால் என் முன்னே வட்ட வட்டமாகத் தரையில் விழுந்து எதிர்ப்பட்ட

சுவரில் விழுந்து எல்லாவற்றையும் தனித்தனியாய்த் தன் பொன்கீற்றினால் தொட்டுக்கொண்டிருந்தது. இந்த முறை வசந்த காலத்தின் நீண்ட நாட்களை இப்படியாகத் தனியாக, ஓய்வாகக் கழிக்கும் வாய்ப்பு கிடைத்திருப்பதை ரசித்துக்கொண்டே காபியைப் பருகிக்கொண்டிருந்தேன். வீட்டின் அழைப்பு மணி ஒலித்தது. வேப்ப மரத்தில் அமர்ந்திருந்த கிளிகள் கத்திக் கொண்டே சிதறிப்பறந்தன. காபிக் கோப்பையைக் கையில் எடுத்துக் கொண்டே முன் அறைக்கு நடந்தேன். கதவைத் திறந்ததும், பக்கத்து வீட்டுப் பாட்டி கண்ணகி நின்று கொண்டிருந்தார். 'அம்மா, கொஞ்சம் வாயேன். எழுப்புனா எழுந்திருக்க மாட்டேங்குறாரு.' விசும்பலாய், செத்துப்போன மாதிரி கிடக்கிறாரு. கையும் ஓடல, காலும் ஓடல'. காபிக்கோப்பையை அப்படியே வைத்துவிட்டு, கிட்டதட்ட அவரைத் தாண்டி ஓடினேன். அவர் வீட்டிற்குள் நுழைவதற்குள் அவரிடம் நிறைய கேள்விகள் கேட்டேன். 'எவ்வளவு நேரம் ஆச்சு பாட்டி?'

'முக்கா மணி நேரம்'. 'நைட்டு இடையில எழுந்தாரு'. 'ஆமாம். ஒன்னுக்குப் போனாரு. மார்னிங் ஒரு அஞ்சு மணி இருக்கும். பாத்தேன். நான் திரும்பத் தூங்கிட்டேன்'. என் வீட்டிலிருந்து இரண்டு வீடுகள் தாண்டி இருந்தது அவருடைய வீடு. உள்ளே சென்றேன். தாத்தா படுக்கையில் இறுக்கமாகப் படுத்திருந்தார். உடலைத் தொட்டேன். சில்லென்று இருந்தது. கையைத் தூக்கி நாடி பார்த்தேன். நன்றாக அழுத்தமாகப் பார்த்தேன். இல்லை. கண் மூடி மிகவும் கூர்மையாக என் உடலெல்லாம் ஒன்று குவித்துப் பார்த்தேன். நாடி மெல்ல நடந்து கொண்டிருந்தது. வேகமானேன். 'ஃபோன் குடுங்க பாட்டி'. ஆம்புலன்சை அழைத்தேன். ஒன்பது நிமிடங்களில் ஆம்புலன்ஸ் வந்தது. ஆக்சிஜன் சிலிண்டரில் அவர் இணைக்கப்பட்டதுமே கொஞ்சம் நிம்மதியானேன். பாட்டி கண்களிலிருந்து நில்லாமல் கண்ணீர். புடவையின் தலைப்பால் துடைத்துக்கொண்டே இருந்தார். சத்தமாக அவர் எதுவும் பேசவில்லை, அழவில்லை. ஏதோ ஒரு நிம்மதி அவரிடம் தென்பட்டது. ஆம்புலன்சில் ஏறி உட்கார்ந்ததும் என்னைப்பார்த்து, 'ஐ லவ் யூ,' என்றார். 'நான் ஹாஸ்பிட்டலுகு வரேன்,' என்று சொன்னேன். 'இது போதும். நீ வரவேணாம்மா. வாழ்க்கைக்கும் இது போதும். இனி நான் பாத்துக்குவேன்,' என்றார்.

அதே நாள் மாலை, கண்மூடித் திறக்கும் கனத்தில் அந்த அரசு மருத்துவமனையின் பிரசவ வார்டில் நின்று கொண்டிருந்தேன். இடங்களையும் பொழுதுகளையும் ஊடுருவி அங்கே வந்து நின்ற உணர்வை என்னால், என்னால் மட்டுமே உணரமுடிந்தது. எத்தனையோ பெண்கள் கால்களை விரித்துக்கொண்டு குழந்தை வெளிவருவதற்காக வலியில் முக்கி முனகிக் கொண்டிருந்தனர். காதைப் பொத்திக் கொள்ளவேண்டும் போல இருந்தது. காதைப் பொத்திக்கொண்டால் அவர்களின் வலி குறையும் என்று நான் நினைக்கவே இல்லை. அரசு மருத்துவமனையின் பிரசவ வார்டுகள் பெரும்பாலும் கழுவி விட்ட கழிவறைகளைப் போலவே இருக்கும். அவ்வளவே வித்தியாசம். தலை சுற்றியது. மேற்கிலிருந்து சூரியன் ஒளி உள்ளே விழுந்து அந்த இடத்தை மர்மமான அசாதாரணமான ஓர் இடமாக மாற்றியிருந்தது. வழக்கமாக மனிதர்கள் வந்து போகும் இடம் இல்லை. வந்திருக்கும் மனிதர்களால் அந்த இடம் அதை மருத்துவர்களும் செவிலியர்களும் ஆக்கும் சூழ்நிலைகளாலும் மானுடர்களே அற்ற பகுதி போல இருந்தது. என்றாலும் செவிலியர் சாந்தி இதற்கெல்லாம் ஈடுகொடுத்து எல்லோருடைய வலிகளையும் தன் தோளில் வாங்கிப்போட்டுக் கொள்பவரைப் போலவே உள்ளே நுழைவார். ஒவ்வொருவரின் வலியும் இருண்ட குகையைப் போன்றது. அதில் கை நீட்டி எதிர்ப்படும் பாறையில் முட்டிவிடாமல் நகர்வதற்கான எத்தனம் போலவே இருக்கும்.

என் முன்னே உடல் மெலிந்து எலும்புகள் எல்லாம் துருத்திக்கொண்டு அந்தப் பெண் படுத்து இருந்தார். அவருடன் கடுமையான குரலில் அந்தப் பெண் மருத்துவர் கனகா அதட்டிக் கொண்டிருந்தார்.

‘இங்க பாரு சொல்றத கேளு. முக்கு. வேற வழியே இல்லை. தாங்கு. ஆம்பிளையோட படுக்கும் போது எல்லாம் சுகமாத்தான இருக்குது.’

சுருக்கென்று இருந்தது எனக்கு. என்னை எதிரே பார்த்ததும், ‘உனக்கு நைட் டியூட்டி தான. நீ பாத்துக்க. அசிஸ்ட் பண்ணு. கொஞ்சம் கூட கோ ஆப்ரேட் பண்ண மாட்டேங்குது. காலையில வந்துது. உயிர எடுக்குது. போயும் தொலைய மாட்டேங்குது’,

என்று சொல்லியவரின் கடைசி வார்த்தைகள் முணுமுணுப்பாய் உதிர்ந்தன. அந்த நோயாளிக்குக் கேட்டிருக்காது. அப்படியான ஓர் அலறலில் ஆழ்ந்திருந்தார். படுக்கையின் விளிம்புக்கம்பியில் தொங்கும் அட்டையில் அவர் பெயர் குமாரி என்று எழுதப்பட்டிருந்தது.

குமாரியின் கண் ரப்பைகளை விரித்துப் பார்த்தேன். நிறைய இரத்தம் ஏற்கெனவே போயிருந்தது. வெளிறியிருந்தார். சோகையில் உடல் நகக்கணுக்களும் வெளிறியிருந்தன. கருப்பான தேகத்திலும் வெளுத்துப் போயிருந்தார். நாடியின் எண்ணிக்கை குறைந்து கொண்டே இருந்தது. கருத்தரித்து ஐந்து மாதம் தான். சிசு உள்ளேயே இறந்து போயிருக்கிறது. ஊட்டச்சத்து இல்லாத உணவு. கணவனுடன் சில நாட்களுக்கு முன் ஏற்பட்ட சண்டையில் ஏன் சமைக்கவில்லை என்று வயிற்றில் எட்டி உதைத்திருக்கிறான். ஏதேனும் சம்பாதித்துக் கொண்டு வந்து கொடுத்தால் தானே சமைக்கமுடியும் என்று சொல்லியிருக்கிறாள். பெண்ணுக்கு வெளிஉலகமும் சொந்தமில்லை, உள் உலகமும் சொந்தமில்லை. சாந்தி என் காதில் வந்து கிசுகிசுத்தார். ‘கொஞ்சம் ஸ்டாஃப் ரூமுக்கு வர்றீங்களா?’ என்றார். நான் அவருடன் சென்றேன். பின்னால் குமாரியின் குரல் தேயாமல் அதிகரித்து என்னைப் பின் தொடர்ந்து வந்து என் முதுகைத்தட்டிக்கொண்டே இருந்தது. ‘எப்படியும் செத்துப்போயிரும். ஹெச்பி லெவலப்பாருங்க. இன்னும் கொஞ்ச நேரத்தில மூச்சுத்திணறிப்போவாங்க. நீங்க ஏதாவது அதிரடியா செஞ்சாத்தான் அவங்களக் காப்பாத்த முடியும். அதுமாதிரி ஏதாவது செய்யமுடியுமான்னு பாருங்க டாக்டர்’, என்றார். ‘சிஸ்டர் சீஃப் டாக்டர்க்குத் தெரிஞ்சா என்ன பண்ணுவாங்க’, என்று கேட்க, ‘அதெல்லாம் தெரியாம நான் பாத்துக்குறேன். எப்படியும் செத்துப்போற நெலைமையில இருக்கிறவங்களக் காப்பாத்துறதுக்குச் செய்யுற முயற்சியில என்ன பாவம். அந்தம்மா எப்படியும் நைட் வராது. காலையில வந்து டெத் சர்டிஃபிக்கேட் எழுதி சைன் பண்ணும். அவ்வளவு தான்’, என்று சொல்லவும் எங்கிருந்தோ என்னுள் ஒரு வேகம் வந்தது. நோயாளியின் நோய் வரலாற்றுக் குறிப்பை மீண்டும் வேகமாக வாசித்தேன். ஒவ்வொரு குறிப்பையும் மனதில் துல்லியமாக அடுக்கிக்கொண்டு என் பேராசிரியையை அழைத்தேன்.

உறங்கியிருப்பார் போல. முதல் அழைப்பை ஏற்கவில்லை. இரண்டாம் அழைப்பையும் ஏற்கவில்லை. என்ன செய்யலாம் என்று ஒரு கணம் யோசித்த இடைவெளியில் அவரிடமிருந்து அழைப்பு வந்தது. உற்சாகமாய்க் குதித்தேன்.

'நீ சொல்றதப் பாத்தா கொஞ்சம் காம்பிளிகேட்டட் தான். நம்ம மருந்தக் கொடுக்கலாம். நான் சொல்ற மருந்தெல்லாம் குறிச்சிக்கோ. அசோகனக் கூப்பிடு. எந்த நேரம்னாலும் கொண்டு வந்து இப்பவே குடுக்கச்சொல்லு. முடியாதுன்னு சொன்னா நான் சொன்னேன்னு சொல்லு. அழுத்தமாய்ச் சொன்னார். 'எந்த நேரம்னாலும் என்னையக் கூப்பிடு'. பேசிமுடித்து குமாரியிடம் செல்கையில், 'அம்மா என்னைய எதாவது கொடுத்துக்கொன்னுடும்மா. இந்த வாழ்க்கையில லோல்படுறேம்மா. ப்ளீஸ் கொன்னுடும்மா', என்று கைகளைச் சேர்க்கத் தடுமாறினாள். நான் அதிலெல்லாம் கவனம் செலுத்த வில்லை. அசோகனை அழைத்தேன். வண்டி இல்லை, பேருந்தில் தான் வரமுடியும் என்றான். ஆட்டோ பிடித்து வரச்சொன்னேன். என்னிடமிருந்த பணத்தையும் சாந்தி சிஸ்டரிடம் இருந்த பணத்தையும் வாங்கிச் சேர்த்து அவனிடம் கொடுக்கத் தயாராய் மருத்துவமனையின் வாசலிலேயே உலாத்தினேன். சாந்தி சிஸ்டரை குமாரியின் அருகிலேயே நிற்கச் சொல்லியிருந்தேன். ஒரு செந்தூரமும் அதைச் சேர்த்துக்கொடுக்க அனுபானமும் பின் கஷாயமும் என்று இருந்தது. அசோகன் திரும்பிச் செல்வதாய் இல்லை. 'மேடம் நைட் முழுக்க என்னைய இங்கயே, உங்கக் கூட இருக்கச் சொல்லியிருக்காங்க, வேற எதும் தேவைன்னா வாங்கிட்டு வரதுக்கு வசதியா,' என்று சொல்லிவிட்டு ஒரு சிகரெட்டைப் பற்றவைக்க அப்படியே சாலையின் பக்கம் நகர்ந்தான். நான் குமாரியை நோக்கிப் பறந்தேன்.

ஆங்கில மருத்துவத்தின் இயலாமைகளையும் போதாமை களையும் என்னைவிட அதிகம் அறிந்தவர் சாந்தி சிஸ்டர் தான் என்று எனக்கு எப்போதுமே தோன்றும். அவர் வீட்டினருக்குத் தேவையான மருந்துகளையெல்லாம் என்னிடம் கேட்டு வாங்குவார். குமாரிஎன்னவோஅந்தஇரவில்எனக்குஅதிகமாய்ஒத்துழைத்தார். கொடுத்த மருந்தை அந்த வலியிலும் என்னிடமிருந்து வாங்கிச்

சாப்பிட்டார். மீண்டும் அலறலைத் தொடர்ந்தார். மூன்று மணி நேரத்திற்குப் பின் வலியின் உச்சம் போய் அவர் யோனியிலிருந்து அப்படியே பெரிய பல்லியின் அளவிற்கும் தோற்றத்திலும் இருந்த சிசு பிண்டமாய் வெளியே வந்து வீழ்ந்தது. வியர்த்துக் களைப்படைந்திருந்த குமாரி என்னைப் பார்த்துக் கண்களால் சிரித்தது போன்று இருந்தது. சாந்தி சிஸ்டர் எல்லாவற்றையும் தூய்மை செய்துவிட்டு, 'அடுத்து என்ன கொடுக்கனும் டாக்டர். ஏதாவது எங்களோட டானிக் கொடுத்தா நல்லாயிருக்கும். அப்புறம் தொடர்ந்து வேற மருந்துக்குப் போயிரலாம்.' இரண்டு தளங்கள் மின் தூக்கியில் இறங்கிவந்து அசோக்கைத் தேடினேன். அருகே ஒரு மரத்தின் அடியில் உறங்கிப் போயிருந்தான். தட்டி எழுப்பினேன். 'இந்தக் கசாயம் என்கிட்ட இல்ல மேடம். பக்கத்துல விநாயகத்துக்கிட்ட இருக்கான்னு கேக்கனும். நேத்து நைட் அவன் குடிச்சிட்டு எங்கேயும் கிடைக்கலேன்னா நாம பிழைச்சோம். இருங்க', என்றவன், 'பேஷண்ட் எப்படி இருக்காங்க' என்று கேட்டான். என் முகம் மலர்ந்ததும், 'சூப்பர்', என்று கட்டைவிரலை உயர்த்தினான். 'டேய் விநாயகம். எங்க இருக்க', விலகி நின்று ஏதோ பேசினான். 'நீங்க வார்டுக்குப் போங்க டாக்டர். நான் கசாயத்தோட வரேன்', என்று சாலையை நோக்கி நடந்தான். எப்படிப் போகப்போகிறான், எங்கே வாங்கப் போகிறான், விநாயகம் வருகிறானா, இல்லை அசோக் போய் வாங்கிவருவானா என்று எதையும் நான் கேட்கவில்லை.

வார்டில், குமாரியின் அலறல் ஓய்ந்தது என்றாலும் இன்னும் நாடித் துடிப்பு குறைவாகவும் நீள மூச்சுகளுடம் தான் இருந்தார். அசோக், முக்கால் மணிநேரத்தில் வந்தான். குமாரியைக் குடிக்க வைப்பது சிரமமாக இருந்தது. மயக்கநிலைக்குச் சென்று கொண்டிருந்தார். எப்படியோ சிரிஞ்சை வாயில் வைத்துக் கொஞ்சம் கொஞ்சமாய்க் கொடுத்துமுடித்தேன். இன்னும் இரண்டு மணி நேரம் இருந்தது காலை ஆறுமணிக்கு. என்னுடைய பணி நேரம் முடிவடைகிறது. சரியாக அப்பொழுது டாக்டர் உள்ளே நுழைந்தார்.

கனகா நுழையும்போதே என்னைப் பார்த்தும் பார்க்காமலும் கேட்டார். 'அந்தக்குமாரி பேஷண்ட் எப்படி இருக்கா? இருக்காளா, போய்ட்டாளா?' எனக்கு சுருக்கென்று இருந்தது. சிஸ்டர், 'அவர்

அப்படித்தான்' என்பதாய் ஒரு பார்வை பார்த்துவிட்டு, டாக்டர் எங்களைப் பார்க்கும் முன் அவர் பார்வைக்குத் தன் பார்வையைக் கடத்தினார். 'சி இஸ் கெட்டிங் பெட்டர் டாக்டர்.' தொடர்ந்த டாக்டரின் சந்தேகப் பார்வையைக் கடந்து முன்னே சென்றார். எப்பொழுதுமே ஓர் எல்லைக்கும் நம்முடைய இடத்திற்கும் இடையில் ஒரே ஒரு செயலின் நீளம் தான் இடைவெளி என்ற என்னுடைய நம்பிக்கை நிறைந்த முகம் தூக்கமின்றிக் களைத்துப் போயிருந்தாலும் மகிழ்ச்சியிலும் வெற்றியிலும் சூரியன் வந்து அமர்ந்தது போல் பிரகாசித்ததை எனக்கு நானே உணர்ந்தேன். சிஸ்டர் சாந்திக்குக் கையசைத்துவிட்டு அங்கிருந்து நகர்ந்த கணத்திலேயே நான் அந்த மலையின் உச்சிக்கு அதே போல் சூரிய உதய நேரத்தில் அதே போல் இன்னொரு கனி கனிந்து பிரகாசிக்க அதன் முன் நின்று கொண்டிருந்தேன்.

மேகங்களும் பறவைகளும் வானமும் மலைகளும் சூரியனும் அசைந்தாடும் ஆயிரம் ஆயிரம் தலைகளைக் கொண்ட காடும் சத்தமே இல்லாத பேரமைதியும் இருந்த அந்த இடத்தில் கனிகளிலேயே முதன்மையானதாய் என் கண்களை ஆக்கிரமித்த ஒன்றாய் இருந்தது. அந்தக் கனி எனக்குத் தன்னைத் தின்னச் சொல்லி இச்சையூட்டியது. இன்னொரு காலத்திற்குள் உன்னை நான் அழைத்துச் செல்வேன் என்று ஆசை காட்டியது. நான் சென்று வந்த காலத்தை நினைவில் உருட்டிப் பார்க்கவே இன்னும் கொஞ்சம் காலம் வேண்டும் என்று அந்த மலையிலிருந்து மறைந்தேன். கண்களைக் கசக்கிப் படுக்கையில் கிடந்தேன். அந்தக் காலத்தின் அழகான நாட்களில் ஒன்றிற்குள் நுழைந்து வந்த பரவசத்திலேயே நீண்ட நேரம் அப்படியே படுக்கையிலேயே கிடந்தேன்.

—

குட்டி ரேவதி - பாளையங்கோட்டை அரசினர் சித்தமருத்துவக் கல்லூரியில் சித்தமருத்துவத் துறையில் மருத்துவப்பட்டம் வென்றிருக்கிறார்.

பூனையைப் போல அலையும் வெளிச்சம் (2000), முலைகள் (2002), தனிமையின் ஆயிரம் இறக்கைகள் (2003), உடலின் கதவு (2006), யானுமிட்ட தீ (2011), முத்தத்தின் அலகு (காதல் கவிதைகளின் தொகுப்பு, 2011), மாமத யானை (2012), இடிந்த கரை(2012), அகவன் மகள் (2013), காலவேக மதயானை (2016), அகமுகம் (2017), மூவாமருந்து (2019) ஆகிய கவிதை நூல்களை எழுதியுள்ளார். இந்தக் கவிதைகள் இரண்டு தொகுதிகளாகவும் வெளிவந்துள்ளன. *முள்ளிவாய்க்காலுக்குப் பின்,* (ஈழத்திலிருந்து புலம்பெயர்ந்த கவிஞர்களின் ஈழ இனப்படுகொலை பற்றிய நினைவுக்கவிதைகள், 2011) என்ற தொகுப்பையும் வெளியிட்டிருக்கிறார். *UK Southbank Centre* நிறுவனம் தேர்ந்தெடுத்த சென்ற நூற்றாண்டின் சிறந்த ஐம்பது காதல் கவிதைகளில் இவரது *முலைகள்* கவிதையும் ஒன்று.

நிறைய அறைகள் உள்ள வீடு (2013), விரல்கள் (2018), மீமொழி(2020) ஆகிய சிறுகதை நூல்களை வெளியிட்டிருக்கிறார். *காலத்தைச் செரிக்கும் வித்தை,* (தமிழ்ப் பெண்ணிய விவாதங்களை முன்வைக்கும் கட்டுரைகள், *2010), நிழல் வலைக்கண்ணிகள்,* சாதியையும் பாலியலையும் ஆராயும் பெண்ணியக் கட்டுரைகள், *2011), "ஆண் குறி மையப் புனைவைச் சிதைத்த பிரதிகள்",* (தமிழ் நவீனப்பெண் கவிஞர்களின் கவிதைகள் குறித்த மீளாய்வுக் கட்டுரைகள், *2011)* ஆகிய கட்டுரை நூல்களை எழுதியிருக்கிறார்.

கல்லுடைக்கும் தொழிலாளர்களின் உரிமைகளைப் பேசும் *'கல் மனிதர்கள்'* என்ற முழுநீள ஆவணப்படத்தை இயக்கியிருக்கிறார். ஆஸ்கர் விருது வென்ற இசையமைப்பாளர் ஏ.ஆர்.ரஹ்மான் அவர்களின் 'இரசாயன ரோஜாக்கள்' இசை ஆல்பத்தில் பாடல்கள் எழுதியிருக்கிறார். *மரியான், அருவி* எனத் தொடர்ந்து, திரைப்படங்களுக்குப் பாடல்கள் எழுதிவருகிறார். *'சிறகு', (2019)* என்ற முழுநீளத்திரைப்படத்தை *First Copy Productions* மாலா மணியன் தயாரிப்பில், இயக்கியிருக்கிறார்.

பெண்ணியம், சாதிய மறுப்பு, மனித உடல் கருத்தாக்கங்கள், பௌத்தம், திரைவெளி ஆகியவை இவரது மையச் செயல்பாட்டு வெளிகளாகும்.

அழியாச்சொல் இவருடைய முதல் நாவல்.

www.ingramcontent.com/pod-product-compliance
Lightning Source LLC
LaVergne TN
LVHW060127051026
849517LV00007B/2426